சுராவின்

வாய்ப்புகள் தொட்டுவிடும் தூரம்தான்

வழங்கியவர்

சி.எஸ். தேவநாதன்

சுரா பதிப்பகம்

சுரா பதிப்பகம்

(An imprint of Sura College of Competition)

சென்னை

வாய்ப்புகள் தொட்டுவிடும் தூரம்தான்

(Opportunities at a Reachable Distance)

by

C.S. Devanathan

© வெளியீட்டாளர்கள்

இந்தப் பதிப்பு : ஜூலை, 2021
அளவு : 1/8 டெமி
பக்கங்கள் : 112

குறியீட்டு எண் : W 385
ISBN: 978-81-8449-496-9

(வெளியீட்டாளர்களின் எழுத்து மூலமான அனுமதி இன்றி இப்புத்தகத்தை மறுபதிப்புச் செய்யவோ, வேறு மொழிகளில் மொழிபெயர்க்கவோ, அச்சடிக்கவோ, போட்டோகாபி செய்யவோ கூடாது)

சுரா பதிப்பகம்

[An imprint of Sura College of Competition]

தலைமை அலுவலகம்: 1620, 'ஜே' பிளாக், 16-ஆவது பிரதான சாலை, அண்ணா நகர், சென்னை-600 040. ☎ 91-44-48629977, 42043273

பத்மாவதி ஆப்செட், சென்னை - 600 032-இல் அச்சடிக்கப்பட்டு, சுரா பதிப்பகத்திற்காக [An imprint of Sura College of Competition]. 1620, 'ஜே' பிளாக், 16-ஆவது பிரதான சாலை, அண்ணா நகர், சென்னை - 600 040 இல் திரு. வீ.வீ.கே. சுப்புராசு அவர்களால் வெளியிடப்பட்டது.
தொலைபேசி எண்: 91-44-48629977.
email: enquiry@surabooks.com; website: www.surabooks.com

07 21 500

முன்னுரை

வாய்ப்பு என்பது சரியான நேரத்தில் சரியான இடத்தில் நீங்கள் இருக்க முடிவது.

எதையும் கருத்தூன்றிக் கவனிக்கும் திறனும், விடாப்பிடியும் செயல் வேகமும் உள்ளவர்கள்தாம், தங்களுக்குக் கிடைக்கும் வாய்ப்பை முழுமையாகப் பயன்படுத்திக் கொள்கிறார்கள்.

நீங்கள் ஆர்வமும் நேர உணர்வும் விடாமுயற்சியும் கொண்டு செயல்பட்டால் மிகச்சிறிய வாய்ப்பையும் மகத்தானதாக்கிக் கொள்ளலாம்.

தங்களுக்குக் கிடைத்த வாய்ப்பைக் கொண்டு சிகரம் தொட்ட சாதனையாளர்கள் பலர். அவர்களில் சிலருடைய வெற்றிக் கதைகளும் இந்நூலில் இடம் பெற்றிருக்கிறது.

உங்கள் கைக்கு இந்நூல் கிடைத்திருப்பதே ஒரு வாய்ப்பு. இதிலிருந்து தொடங்கும் ஓராயிரம் வாய்ப்புகள்.

இந்நூல் அழகுறவும் செம்மையுறவும் வெளிவர உதவியாக இருந்த சுரா பதிப்பக நிறுவனர் திரு. வீ.வீ.கே. சுப்புராஜ் அவர்களுக்கு எனது இதயம்கனிந்த நன்றியை தெரிவித்துக் கொள்கிறேன்.

- ஆசிரியர்
சி.எஸ். தேவநாதன்

உட்பொதிவு

1. வாசலும் வாய்ப்பும் 1
2. உலகளாவிய கனவு 3
3. ஒரு வாய்ப்பு வருகிறபோது 7
4. மனநிறைவுக்கு உத்தரவாதமளிப்பவர் 13
5. வானமே எல்லை 17
6. ஒரு கனவில் இருந்து 22
7. வாய்ப்புகள் ஆயிரம் 25
8. வாய்ப்புகளை உருவாக்கியவர் 30
9. 'ரிஸ்க்' எடுக்கத் தயாராயிருங்கள் 34
10. தோல்விகளை வாய்ப்புகளாக மாற்றியவர் 41
11. உங்கள் பார்வையில் 47
12. வீட்டுக்கு வெளியே ஒரு வீடு 54
13. உழைப்பு இல்லாமலா ? 57
14. தோல்விகள் தரும் வாய்ப்பு 61
15. என்னவெல்லாம் தேவைப்படும்? 63
16. தகுதியிருந்தால் தானே வரும் 70
17. உங்கள் குறிக்கோளின் உயரம் 73
18. வாய்ப்புகளும் முடிவெடுத்தலும் 79
19. சாதனை நாயகன் 84
20. தடைகளை மீறி 86
21. வாய்ப்புகளை மகத்தான வெற்றியாக மாற்றியவர் 89
22. இணைதலும், பகிர்தலும் 91
23. அறிவுகளை இணைத்த கோட்பாடு 96
24. ஆற்றின் போக்கில் நீந்துதல் 99
25. புதுமைகளைப் புகுத்தி முன்னேறுகிறவர் 101
26. யார் மீது குற்றம்? 104
27. இளம் தொழில் முனைவோருக்கு ஒரு முன்மாதிரி 106

1. வாசலும், வாய்ப்பும்

நீங்கள் எப்போதாவது எண்ணிப் பார்த்ததுண்டா, ஏன் சிலரால் மட்டும் வாய்ப்புகளை இனங்காண முடிகிறது. மற்றவர்களால் முடிவதில்லை என்பதை ?

சிலருக்குத் தெரிகிறது காற்றிலும், நீரிலும் கூட வாய்ப்பு இருப்பது. வாய்ப்புகள் வருகின்றன வெவ்வேறு அளவுகளில், வடிவங்களில். பெரும்பாலும் அவை தங்களை மூடி மறைத்திருக்கும் அல்லது மாறுவேடம் அணிந்திருக்கும்.

எந்தப் பாடத்தைத் (Subject) தேர்ந்தெடுப்பது, யாரை வாழ்க்கைத் துணையாய் தெரிவு செய்துகொள்வது என்று வாழ்க்கை நெடுகிலும் பல வாய்ப்புகளை நாம் எதிர்கொள்கிறோம்.

ஒவ்வொரு வாய்ப்பிலும் ஒரு சவால் இருக்கும், 'என்னைப் பற்றிக் கொள்வதற்கு நீ தயாரா ?', 'முடிந்தால் என்னைப் பயன்படுத்திப் பாரேன்' என்கிற மாதிரி அது அறைகூவல் விடுக்கும்.

'நாம் நடக்கத் தொடங்கியதுமே
வாய்ப்புகள் நம்மோடு
கைகோர்த்துக் கொள்கின்றன.'

இறைவன் எல்லாருக்கும் வாய்ப்புகளை வழங்குகிறார்.

'சிலர் கண்டு கொள்கிறார்கள்
சிலர் கைப்பற்றத் தயங்குகிறார்கள்
சிலர் கைப்பற்றினாலும்
பயன்படுத்தத் தவறிவிடுகிறார்கள்.'

இவர்களும், கண்டு கொள்ளாமலே இருப்பவர்களும் ஒரே வரிசையில் வைக்கப்பட வேண்டியவர்கள்தாம்.

வாய்ப்பைக் கண்டுகொள்வது, கைப்பற்றுவது, பயன்படுத்துவது என்கிற மூன்று நிலைகளையும் கடக்கிற போதுதான் முழுமையான பலனை நீங்கள் பெற முடியும். இந்த மூன்று நிலைகளிலுமே முயற்சி அவசியம்.

முயற்சி இருந்தால்தான் வளர்ச்சி

நீங்கள் வளமான வாழ்க்கையை விரும்பியிருந்தால் கிடைக்கிற வாய்ப்பில், உங்களுடைய ஒட்டுமொத்த ஆற்றலையும் வெளிப்படுத்தியாக வேண்டும்.

வாய்ப்புகளை எப்படிக் கையாளுகிறீர்கள் என்பதைப் பொறுத்தே வெற்றியும், தோல்வியும் அமையும்.

இந்த நூற்றாண்டில், இன்றைய தலைமுறைக்கு ஏராளமான வாய்ப்புகள், முன்பு எப்போதுமே இருந்திராத அளவிற்கு, அதே அளவிற்கு ஒரு வாய்ப்பை அடைவதில் பலத்த போட்டியும் இருக்கிறது.

வாய்ப்பைக் கண்டறிய கருத்தூன்றிக் கவனித்தலும், கைப்பற்றுவதில் சாமர்த்தியமும், கையாளுவதில் விவேகமும் தேவைப்படும்.

கிரேக்க புராணத்தில் வருகிற யுலிஸஸ் ஒரு மாவீரன், பல தீரச் செயல்களைப் புரிந்தவன். அவன் பல போர்க்களங்களைச் சந்தித்தவன், எண்ணற்ற அபாயங்களை எதிர் கொண்டவன். யுலிஸஸ் ஒரு முறை 'நான் வாழ்க்கையை அதன் கடைசித் துளி வரை பருகிச் செல்வேன்' என்று குறிப்பிட்டான். நமக்குக் கிடைக்கிற வாய்ப்பையும் நாம் அப்படித்தான் முழுமையாய் பருக வேண்டும்.

அர்த்தமுள்ள கதவு

வீட்டிற்கு வாசற்கதவு முக்கியம். அதன் வழியாகத்தான் உள்ளே செல்கிறோம் அல்லது வெளியேறுகிறோம். கதவு அர்த்தமுடையது. அது திறந்திருந்தாலும், மூடியிருந்தாலும் அதில் ஓர் அர்த்தம் இருக்கும். வீட்டுக்கு வாசலைப் போலத்தான் வாழ்க்கைக்கு வாய்ப்புகள். நான்கு பக்கமும் சுவர்களை வைத்து, கூரையிட்டு வைப்பதால் மட்டும் ஒரு கட்டிடம் வீடாகிவிடாது. வாசல் இருந்தால்தான் அது வீடாகும். வாய்ப்புகளைப் பயன்படுத்தி விரும்பியதை அடைவதும், உயர்நிலை பெறுவதும்தான் வாழ்க்கை. உங்கள் வாழ்க்கையில் எத்தனை கதவுகள், சன்னல்கள்?

உலகில் வாழ்தல் என்பது வேறு, இருத்தல் என்பது வேறு. இரண்டுக்கும் இடையே உள்ள வேறுபாட்டை உணர வைப்பது வாய்ப்புகள்தாம்.

உலகம் மாறிக் கொண்டிருக்கிறது ஒவ்வொரு நொடியிலும். நொடிதோறும் புதுப்புது வாய்ப்புகள் வந்து கொண்டிருக்கின்றன. மனதளவில் நாம் தயாராக இருந்தால் மட்டும் போதாது, புதுமைகளை ஏற்கக்கூடிய மனோபாவத்தையும் நாம் பெற வேண்டும். இது கணினி யுகம். முன்பு தட்டச்சு செய்த விரல்கள் தற்போது கணினியை இயக்குகின்றன.

புதுமைகளை வரவேற்கவும், அவற்றோடு பொருந்திக் கொள்ளவும் நமது மனம் தயாராக இருக்க வேண்டும். அப்போதுதான் வாய்ப்புகளை நீங்கள் வசப்படுத்திக் கொள்ள முடியும். அப்போது காலம் உங்களுக்கு தோழனாகிவிடும். நீங்கள் வெற்றிப் பாதையில் தொடர்ந்து முன்னேறிச் செல்வீர்கள்.

❖ ❖ ❖

2. உலகளாவிய கனவு

சில பிள்ளைகள் படிப்பதை விட மற்ற எல்லாக் காரியங்களிலும் சமர்த்தாக இருப்பார்கள். 'ரேக்ரோக்'கும் அப்படித்தான்.

1902-இல் சிகாகோ (அமெரிக்கா) வின் புறநகர்ப் பகுதியான ஓக்பார்க்கில் பிறந்த ரேக்ரோக் சிறு வயதிலேயே வியாபார புத்தி உடையவராயிருந்தார். கோடை விடுமுறைகளின் போது தம்முடைய மாமாவின் மருந்துக் கடையில் வேலை பார்த்தார். அவரது கைக்கு வருகிற காசெல்லாம் அப்படியே சேமிப்புக்குச் சென்றுவிடும்.

தமது நண்பர்கள் இருவரை கூட்டு சேர்த்துக் கொண்டு இசைக் கருவிகள் விற்கிற கடையைத் தொடங்கினார். ஆளுக்கு நூறு டாலர் முதலீடு போட்டு ஆரம்பித்த தொழில் சீக்கிரமே முடங்கிப் போனது. கடையை மூட நேர்ந்தது பற்றி ரேக்ரோக் கவலைப்படவில்லை. வியாபார நுட்பங்களைக் கற்க முடிந்தது இலாபம்தானே என்று தமக்குள் சொல்லிக் கொண்டார் அவர்.

வெற்றியை விட தோல்விதான் சிந்தனைக்கு அதிக வேலை கொடுக்கும். வெற்றி பெற்றவர் எப்படி வென்றோம், ஏன் தோற்கவில்லை என்று சிந்தித்துக் கொண்டிருக்க மாட்டார். ஆனால், தோற்றவரோ எப்படித் தோற்றோம், ஏன் வெற்றி பெறவில்லை என்று சிந்திப்பார்.

ரேக்ரோக் பள்ளிக்கூடத்தை விட்டு வெளியேறிய போது அவருக்கு வயது பதினான்கு. இராணுவத்துக்கு ஆள் எடுக்கிறார்கள் என்று கேள்விப்பட்டதும், தாமும் இராணுவத்தில் சேர விரும்பினார் அவர். ஆம்புலன்ஸ் ஓட்டும் வேலை கிடைத்தது. கொஞ்ச நாட்களிலேயே போர் முடிந்தது. ஊர் திரும்பினார்.

சிகாகோவில் சில்லறைப் பொருட்கள் விற்கும் கடையொன்றில் விற்பனை ஊழியரானார் ரேக்ரோக். சிறிய நிறுவனம் அது. அங்கே ரொம்ப நாள் தாக்குப்பிடிக்க முடியவில்லை. ஒரு விற்பனை ஊழியனுக்குத் தேவையான தகுதிகளுடன் அங்கிருந்து வெளியேறினார் அவர்.

அப்போது மிச்சிகனில் பிரபலமாயிருந்த இசைக் குழுவிற்கு பியானோ வாசிக்க ஆள் தேவைப்பட்டது. ரேக்ரோக் அந்தக் குழுவில் சேர்ந்து கொண்டார்.

ரேக்ரோக்கின் தாய் ஒரு பியானோ ஆசிரியை. வீட்டிலேயே அவர் பியானோ வகுப்புகள் நடத்தி வந்தார். சிறுவயதில் அவர் தமது தாயிடம் பியானோ வாசிக்கக் கற்றுக்கொண்டார். அந்த இசையறிவு தற்போது கைகொடுத்து உதவியது. இசைக் குழுவில் இருந்த போது ஈத்தேல் என்ற பெண்ணை அவர் சந்தித்து, மணம் செய்து கொண்டார்.

இருபது வயதில் திருமணம். ரேக்ரோக் பொறுப்பானவராக இருந்தார். குடும்பம் நடத்த வருமானம் தேவை, நிலையான ஒரு வேலை முக்கியம்

என்பதை உணர்ந்தார். காகிதக் குவளைகள் தயாரிக்கும் நிறுவனம் ஒன்றில் விற்பனைப் பிரதிநிதியாக வேலை கிடைத்தது.

'சார், பேப்பர் கப் சுகாதாரமானது, கண்ணாடிக் குவளை மாதிரி உடைந்து நஷ்டத்தை ஏற்படுத்தாது' என்று வீதிவீதியாய் கூவி விற்பதற்குத் தயங்கவில்லை அவர். காலை ஏழு மணியில் இருந்து மாலை ஐந்து மணி வரை காகிதக் குவளைக்கு ஆர்டர் சேகரிக்க அலைந்து கொண்டிருப்பார். எல்லாரும் வேலையில் இருந்து வீடு திரும்பும் நேரத்தில் அவர் மீண்டும் வேலைக்குச் செல்வார். தேவாலயம் ஒன்றில் பியானோ வாசிக்கிற வேலை. ஆனால், இவையெல்லாம் வாழ்க்கையின் அடிப்படைத் தேவைகளைப் பூர்த்தி செய்து கொள்ளவே சரியாயிருந்தது. அவர் வசதியாக வாழ விரும்பும் பட்சத்தில் . . .

ரேக்ரோக் சிகாகோவில் இருந்து ஃப்ளோரிடா சென்றார். ரியல் எஸ்டேட் நிறுவனமொன்றில் வேலை கிடைத்தது. சவுகரியமாகத்தான் இருந்தது. ஆனாலும் ரொம்ப நாள் நீடிக்கவில்லை. மீண்டும் காகிதக் குவளையைக் கையில் எடுக்க வேண்டியிருந்தது. அங்கே சம்பள வெட்டு அறிவிக்கும் நிலை ஏற்படவும், அங்கிருந்து வெளியேறினார்.

எர்ல் பிரின்ஸ் என்கிற பொறியியல் வல்லுநரின் பழக்கம் கிடைத்தது. அவர் மில்க் ஷேக் தயாரிப்பதற்காக உருவாக்கிய 'மல்ட்டி-மிக்சர்' என்ற கருவியை ரேக்ரோக் விற்றார். இலாபத்தில் ஆளுக்கு 50 சதவீதம் என்று ஒப்பந்தம்.

ரே விற்பனை முகவராக இருந்தபடியால் புதிய சந்தைகளைக் கண்டறியும் முயற்சியில் இறங்கினார். மிக்சர் விற்பனை தொடர்பாய் பல உணவு விடுதி உரிமையாளர்களையும் ரே சந்திக்க வேண்டியிருந்தது.

ரே, ஒரு சமயம் லாஸ் ஏஞ்சல்ஸ் நகரில் உள்ள மெக்டானால்டு உணவகத்துக்குச் சென்றிருந்தார். அந்தக் கட்டடம் நேர்த்தியாக 200 ச.அடி நிலப்பரப்பில், எண்கோண வடிவத்தில் அமைந்திருந்தது. ஊழியர்களின் சுத்தம், விற்கப்பட்ட உணவுகளின் சுவை, அங்கு நிலவிய ஒழுங்கு, கட்டுப்பாடு எல்லாமே ரேயைக் கவர்ந்தது. அமோக விற்பனை. எல்லாவற்றையும் மனதில் குறித்துக் கொண்டார் அவர்.

அந்த உணவக உரிமையாளர்களான மெக்டானால்டு சகோதரர்களை அன்று மாலையே அவர் சந்தித்தார்.

'உங்கள் உணவு விடுதி ஆயிரமாயிரம் உணவு விடுதிகளுக்கு முன்மாதிரி' என்று மெக்டானால்டு சகோதரர்களைப் பாராட்டினார் ரே.

'நாங்கள் ஹாம்பர்கர், பிரெஞ்ஃப்ரை, சாஃப்ட்ட்ரிங் என்று குறிப்பிட்ட வகைகள் மட்டுமே விற்கிறோம். குறைந்த நேரத்தில் குறைந்த உழைப்பில் உணவுகளைத் தயாரிக்கிறோம். உற்பத்திச் செலவும் குறைவுதான்' என்று சகோதரர்கள் பெருமைப்பட்டுக் கொண்டனர்.

'ஏன் உங்கள் உணவகத்தின் எண்ணிக்கையைப் பெருக்கக் கூடாது ?' என்று ரே கேட்டார்.

'எண்ணிக்கை கூடினால் நிர்வாகப் பிரச்சினைகள் கூடும். எங்கள் சார்பில் நிர்வாகம் செய்யத் தகுந்த ஆள் கிடைத்தால் செய்யலாம்' என்று பதில் வந்தது.

'உங்கள் கவலையை விடுங்கள். நான் இருக்கிறேன்' என்றார் ரே.

சங்கிலித் தொடராய் ஓட்டல்கள் நிறுவ மெக்டானால்டுடன் ஒப்பந்தம் போட்டுக் கொண்டார். தொடங்கப்படுகிற ஒவ்வோர் உணவகத்தின் முகப்பிலும் 'மெக்டானால்டு' பெயர் பொறிக்கப்பட வேண்டும். எல்லாக் கிளைகளிலும் ஒரே மாதிரி உணவு வழங்குவது, ஒவ்வொரு கடையின் மொத்த விற்பனையிலும் ரேக்ரோக்கிற்கு 1.9 சதவீதம் தருவது என்று ஒப்பந்தம். 20 ஆண்டு காலத்துக்கான உரிமம் வழங்கப்பட்டது.

உணவகங்கள் தொடங்க இடங்களை தேர்வு செய்யச் சென்றார் ரே.

'என்னது மலிவு விலையில் ஹாம்பர்கர் வியாபாரமா சரிதான் போ' என்று கேட்டவர்கள் நகைத்தார்கள். ஆனால் ரே மனம் தளர்ந்து விடவில்லை. ஆர்ட் ஜேக்கப்ஸ் என்கிற நண்பர் (பிற்பாடு ரேயின் தொழில் கூட்டாளி) இடங்களைத் தெரிவு செய்வதில் அவருக்கு உதவியாயிருந்தார். தம்மை புதிய தொழிலுக்கு ஊக்குவித்துக் கொண்டிருந்த எட்மாக் லுக்கி என்கிற நண்பரைத் தமது முதல் உணவகத்தின் மேலாளராக்கினார் ரே.

அமெரிக்காவின் பல மாநிலங்களிலும் பயணம் செய்து, பல நூறு உணவு விடுதிகளை அவர் பார்வையிட்டிருந்தார். அதன் மூலம் கிடைத்த தொழில்நுட்பங்களைத் தமது புதிய கிளைகளில் அவர் பயன்படுத்தினார். எட்டே மாதங்களில் எட்டு கிளைகள் தொடங்கப்பட்டன.

தரம், தூய்மை, சேவை இவைதாம் அவருடைய வெற்றியின் ரகசியம்.

என்னதான் பல கிளைகளைத் தோற்றுவித்தாலும் உரிமையாளர் அவரல்லவே. நிறுவனம் அவருடையதாக இருந்தால் அல்லவா தம்முடைய விருப்பம் போல் பல சீர்திருத்தங்களை அவர் செய்ய முடியும்.

'நிறுவன உரிமையை தமக்கு மாற்றிக் கொடுக்க எவ்வளவு பணம் தர வேண்டியிருக்கும்?' என்று மெக்டானால்டு சகோதரர்களிடம் கேட்டார். அவர்கள் 27,00,000 டாலர்கள் கோரினர். அந்த நாளில் அது பெரிய தொகைதான். ஆனால் அதற்கெல்லாம் தயங்கினால் பெரும் பணக்காரராக முடியாதே. பலரிடமும் கடனாகப் பெற்றுத்தான் அந்தத் தொகையை அவரால் திரட்ட முடிந்தது. ஆனால் விற்பனைப் பெருக்கம், விலைவாசியைக் கணக்கிட்டால் 1972-இல் மொத்தக் கடனையும் அடைத்துவிடலாம் என்று தோன்றியது.

நீரிழிவு, மூட்டுவலி உபாதைகள், பித்தப்பை கோளாறு, தைராய்டு சுரப்பியின் ஒரு பகுதியை அறுவை சிகிச்சை மூலம் நீக்கியது என்று அவருக்கு பல பிரச்சினைகள். கூடவே தற்போது கடன் சுமைவேறு. ஆனாலும் கோடீஸ்வரனாகும் தனது முயற்சியில் முதல் பெரிய நடவடிக்கையை அவர் துணிந்து மேற்கொண்டார்.

1997-வாக்கில் அமெரிக்காவிலும் வெளிநாடுகளிலுமாய் 4,177 உணவு விடுதிகள் அவருக்குச் சொந்தமாயிருந்தது. ஒட்டுமொத்த விற்பனை 300 கோடி டாலர்களுக்கு மேல்.

விற்பனை உரிமை வழங்குவதன் மூலம் (Franchise) பல உணவு விடுதிகளுக்கு அனுமதி அளித்தார் அவர். உணவுத் தயாரிப்பு, விற்பனை, சேவை இவற்றில் கடுமையான விதிகளை அவர் ஏற்படுத்தினார். விடுதி நடத்துகிறவர்கள் அந்த விதிமுறைகளைக் கண்டிப்பாகக் பின்பற்ற வேண்டும்.

ரேக்ரோக் 1984 ஜனவரி 19-இல் இறந்தபோது அவருடைய சொத்துக்களின் மதிப்பு 500 மில்லியன் டாலர்கள். ஃபார்ச்சூன் (Fortune) பத்திரிகை வெளியிட்ட மகாகோடீஸ்வரர்கள் பட்டியலில் அவரது பெயரும் இடம்பெற்றது.

வெற்றியாளர்கள் தங்கள் வெற்றிக்குக் காரணமாக தொழில் தொடர்பான நுணுக்கங்கள் என்று ஏதேனும் ஒன்றைக் குறிப்பிடுவார்கள். ஆனால், ரேக்ரோக்கைப் பொறுத்தவரை அது வாய்ப்புகளைக் கண்டறிவதாக இருந்தது.

தன்னுடைய நிறுவனத்தை மேலும் எப்படி விரிவுபடுத்துவது என்று ரே தொடர்ந்து சிந்தித்துக் கொண்டிருப்பார். புதிய கிளைகள் தொடங்கும் வாய்ப்புகளைத் தமது வாழ்க்கை நெடுகிலும் அவர் ஆராய்ந்து கொண்டிருந்தார்.

ஒவ்வொரு வாய்ப்பைக் கண்டறியும் போதும் அதில் இன்னொரு வெற்றியின் சாத்தியம் இருப்பதாக அவர் கருத்தில் கொள்வார்.

'விற்பனை இலக்கை உயர்த்துகிற போது வேலையும் கூடுமே' என்று சிலர் நினைப்பார்கள். ஆனால் அதில் தன்னம்பிக்கையையும் அதிகரித்துக் கொள்ள முடிவதாக அவர் கருதினார்.

'ஹாம்பர்கர்' ஒரு சின்ன சமாச்சாரம். ஆனால், உலக அளவில் அதை சந்தைப்படுத்தினார் அவர்.

தொடக்கத்தில் ஒரு நிலையான இடத்தைப் பெறுவதற்காக அங்குமிங்குமாய் பல வேலைகளை அவர் செய்திருக்கிறார். ஆனால், 'மெக்டானால்டு உணவகம்' தொடர்பாய் தாம் கண்ட கனவை நிறைவேற்றத் தொடங்கிய பின் அவர் பின்வாங்கவில்லை.

ரேக்ரோக், 'மெக்டானால்டு' என்கிற வணிகக் குறியீட்டை, நற்பெயரை மிகப் பெரிய வாய்ப்பாக மாற்றி உலகளாவிய வெற்றிபெற்றது ஒன்றும் சாதாரண விஷயமல்லவே. இன்றைய தொழில் முனைவோர் கவனத்தில் கொள்ள வேண்டிய ஒன்று இது.

❖ ❖ ❖

3. ஒரு வாய்ப்பு வருகிறபோது....

ஷெல்பி ஸ்டீல் ஒரு நூலாசிரியர். அவர், 'வாய்ப்புகளைப் பெறுவதற்கு நீங்கள் போராட வேண்டியிருக்கும். அந்த வாய்ப்புகளைத் தக்க வைத்துக் கொள்வதில் கடுமையான முயற்சி தேவைப்படும். கிடைத்த வாய்ப்பைப் பயன்படுத்திக் கொள்வதற்கு பெரிய அளவில் உழைக்க வேண்டியிருக்கும், என்று கூறியுள்ளார்.

ரொம்ப சரி. வாய்ப்புகளும் காலத்தைப் போலதான். இருந்தபடி இருக்காது. ஓடுகிற காலத்துக்குச் சமதையாய் நாமும் ஓட வேண்டும். கிடைக்கிற வாய்ப்பைப் பயன்படுத்திக் கொள்ள வேண்டும். வாய்ப்பு எத்தகையதாய் இருந்தாலும் எந்தவொரு காரணத்துக்காகவும் நழுவ விடக்கூடாது.

'நீங்கள் வாய்ப்பைப் புறக்கணித்தால்
வாழ்க்கை உங்களைப் புறக்கணித்துவிடும்.'

உங்கள் கைக்கு வருகிற வாய்ப்பு மிகச் சிறியதாக இருக்கலாம். ஆனால் சரிவரப் பயன்படுத்திக் கொண்டால் சிறிய வாய்ப்பும் மகத்தானதாகி விடும்.

ஒரு வாய்ப்பை வெற்றிகரமானதாக்க முயற்சி தேவை, உழைப்பு தேவை. முயற்சி இல்லாதவரால் வாய்ப்பை இனங்காண முடியாது. உழைக்கத் தயங்குகிறவரால் வாய்ப்பின் பலனைப் பெற முடியாது.

முயன்று பெறுதல்

கூடைப் பந்தாட்டத்தில் பந்தை அதற்கான வளையத்துக்குள் போட்டதும் மகிழ்ச்சி கொள்வீர்கள். தொடர்ந்து அப்படிப் போட முடிகிற போது உங்கள் மகிழ்ச்சி அதிகரிக்கும். உங்களுடைய நம்பிக்கை மனோபாவமும், பயிற்சியும் உங்களைக் கூடைப் பந்தாட்டத்தில் திறமையுடையவராக்கும். தொடக்கத்தில் பல பந்துகள் கூடைக்கு வெளியே விழுந்திருக்கும். ஆனாலும் தொடர் பயிற்சியின் விளைவாக நீங்கள் ஆட்டத்தில் தேர்ந்தவராகிவிடுகிறீர்கள். வாய்ப்புகளைக் கைப்பற்றுவதிலும், பயன்படுத்தி பலனடைவதிலும் இது பொருந்தும்.

செயல்படும் போது கடினமாய்த் தெரிந்தாலும் வெற்றியை ருசிக்கிற போது உங்கள் போராட்டம் எவ்வளவு மதிப்புடையது என்பதைப் புரிந்து கொள்வீர்கள்.

ஆயத்தமாயிருங்கள்

அமெரிக்க முன்னாள் அதிபர் ஆபிரகாம் லிங்கன் கூறுவார்; 'நான் செயல்பட ஆயத்தமாக இருக்கிறேன். அதற்கான வாய்ப்பு ஒரு நாள் வரவே செய்யும்' என்று.

புதிய விஷயங்களைத் தெரிந்து கொள்ள எப்போதுமே ஆர்வமாக இருந்தார் லிங்கன். நம்ப முடியாத அளவிற்குக் கடினமாக உழைப்பார். இல்லினாய்ஸ் மாநிலத்தில் ஒரு பண்ணையில் வேலை செய்த போதும், பலசரக்குக் கடை நடத்திய காலத்திலும் அவர் தொடந்து படித்தார். அவருடைய வேலைகள் மாறிக் கொண்டிருந்தன. ஆனாலும் அவர் படிக்கிற முயற்சியைக் கைவிடவில்லை. தம்முடைய திறமைகளை, செயல் திறன்களை அவர் வளர்த்துக் கொண்டார். அவற்றைப் பயன்படுத்தக் கூடிய நேரம் வரும் என்று அவர் நம்பினார்.

தற்போது உங்களிடம் பணம் இல்லாமல் இருக்கலாம். ஆனால் நிதி நிர்வாகத்தைக் கற்றுக் கொள்வது நல்லது.

தற்போது நீங்கள் பதவியில் இல்லாமல் இருக்கலாம். எனினும், மேலாண்மையைக் கற்று வைத்தால் அது உதவாமல் போகாது.

வேலை பார்த்துக் கொண்டிருந்த லிங்கன் படிப்பு வேண்டாம் என்று தீர்மானித்திருந்தால் வேலையே போதும் என்று நினைத்திருந்தால் அவர் ஒரு வழக்கறிஞராகியிருக்க முடியாது. தம்மை வாய்ப்புகளுக்குத் தயார்படுத்திக் கொண்டதால்தான் அவரால் சட்டமன்ற உறுப்பினராகவும், பிற்பாடு குடியரசுத் தலைவராகவும் வர முடிந்தது.

'உங்களைத் தகுதியானவராக்கிக் கொள்ளுங்கள்
பல தகுதிகள் உங்களை வந்தடையும்.'

வாழ்க்கை அநேக திருப்பங்களைக் கொண்டது. நிகழ்வுகள் மாறும், எதிர்பாராதவைகள் நிகழும். நீங்கள் எல்லாவற்றுக்கும் தயாராக இருந்தால், மிகப் பெரிய வாய்ப்புகளை ஒரு நாள் கைப்பற்றவும், பயன்படுத்தவும் உங்களால் முடியும்.

சிலர் வாய்ப்புகளைக் காணத் தவறுகிறார்கள். சிலர் கண்டாலும் கைப்பற்றத் தவறுகிறார்கள். சிலரால் கைக்குக் கிடைத்த வாய்ப்பை சரிவரப் பயன்படுத்த முடியாமல் போகிறது. காரணம், போதிய தயாரிப்பு நிலையில் அவர்கள் இல்லாமல் இருந்ததுதான்.

பெரிய சாதனைகளின் தொடக்கம்

'மிகச் சிறிய வாய்ப்புதான், ஆனால் பல நேரங்களில் அதுவே மிகப் பெரிய வணிக முயற்சிக்குத் தொடக்கமாகிவிடும்' என்கிறார் படைப்பாளி ஆக் மாண்டினோ.

வாய்ப்புகள் எங்கும் பரவிக் கிடக்கின்றன. சமயத்தில் நம் கண்ணுக்குத் தென்படாத அளவுக்கு அவை சிறியதாக இருந்துவிடுவதும் உண்டு.

நீங்கள் வெகு நேரமாய் தூண்டில் போட்டுக் கொண்டிருப்பீர்கள், மீன் எதுவும் சிக்கியிருக்காது. உங்கள் தூண்டிலில் மீன் சிக்கவில்லை என்பதால், ஏரியில் மீன்களே இல்லையென்றாகிவிடாது. நீங்கள் எதிர்பாராத நேரத்தில் பெரிய மீன் வந்து மாட்டிக் கொள்ளும்.

'நீங்கள் கரையில் இருந்தாலும், உங்கள்
தூண்டில் நீரில் இருக்கட்டும்.'

ஆக்மாண்டினோ கூறுகிறார், உங்களுக்குத் தெரியுமா, ஒவ்வோர் ஆண்டிலும் நீங்கள் 365 வாய்ப்புகளைப் பெறுகிறீர்கள். அவை வியக்கத்தக்க செயல்களுக்கானவை. ஒவ்வொரு நாளிலும், உங்கள் குறிக்கோளை மேலும் நெருங்கிச் செல்கிற வாய்ப்பு இருக்கிறது.

நீங்கள் கண் விழிக்கிற ஒவ்வொரு காலைப் பொழுதிலும், எதைச் செய்ய விரும்புகிறீர்கள், எப்படி அதை மேம்படுத்துவது என்பதைத் தீர்மானித்துக் கொள்ளுங்கள். செயல் மேம்பாட்டுக்கு அவசியம் செய்திறனை மேம்படுத்திக் கொள்வது. உங்கள் செய்திறன்களை மேம்படுத்திக் கொள்ளத் திட்டமிடுங்கள். அதற்கு என்னவெல்லாம் தேவைப்படும் என்பதைப் பட்டியலிடுங்கள்.

நீங்கள் ஒரு தடகள வீரராக விரும்பலாம் அல்லது வேறொரு மொழியைக் கற்றுக்கொள்ள விரும்பியிருக்கலாம். தினமும் அதற்காக முயல்கிற போது அதற்கான பயிற்சியை மேற்கொள்கிற போது சில நாட்களிலேயே ஒரு குறிப்பிடத்தக்க மாற்றத்தை நீங்கள் உணர்வீர்கள்.

உங்கள் குறிக்கோளை அடைவதற்குத் தேவையான திறன்களை ஒவ்வொரு நாளும் வளர்த்துக் கொள்ளுங்கள். ஒரு நேரத்துக்கு ஒன்று என வைத்துக் கொள்ளுங்கள்.

'ஒவ்வொரு படியாய் ஏறுங்கள்
ஒவ்வொரு தப்படியாய் முன்னேறுங்கள்.'

அன்றாட வாழ்வில்

நீங்கள் பொக்கிஷத் தீவு (Treasure Island) புத்தகம் படித்திருப்பீர்கள். பொக்கிஷத் தீவு உட்பட பல பிரசித்தி பெற்ற நூல்களின் ஆசிரியர் ராபர்ட் லூயிஸ் ஸ்டீவன்சன் ஆவார். வாய்ப்புகள் தொடர்பாய் மிக அருமையான சிந்தனை ஒன்றை அவர் வழங்கியிருக்கிறார்.

'நீங்கள் செய்த அறுவடையை வைத்து ஒவ்வொரு நாளைப் பற்றியும் முடிவு கட்டிவிடாதீர்கள், நீங்கள் எதை விதைத்தீர்கள் என்பதைக் கருத்தில் கொள்ளுங்கள்' என்பதே அது.

சிறந்த செயல்களைச் செய்யக்கூடிய வாய்ப்பு தினமும்தான் உங்களுக்குக் கிடைக்கிறது. ஆனால், ஒரே நாளில் மிகப் பெரிய வெற்றியை எதிர்பார்க்காதீர்கள்.

கணக்கில் பெருக்கலையும் வகுத்தலையும் தெரிந்து கொள்வதற்கு முன் உங்களுக்குக் கூட்டல் தெரிந்திருக்க வேண்டும், கழித்தல் தெரிந்திருக்க வேண்டும். எளிய அடிப்படைகளைத் தெரிந்து கொண்டிருந்தால்தான் சிக்கலான கணக்குகளில் விடை காண இயலும்.

பிளாஸ்டிக் அல்லது மரத் துண்டுகள் பலவற்றை வைத்துக் கொண்டுதான் குழந்தைகள் வீடு கட்டுகிறார்கள். உங்களுடைய ஒவ்வொரு நாளையும், உருவாக்க உதவும் துண்டுகளாய் (Building blocks) பாருங்கள். அவை மிகப் பெரிய சவால்களையும், வெற்றிகளையும் நோக்கி உங்களை இட்டுச் செல்லும்.

வலுவான அடித்தளமிடுவதில் உங்களை நாளும் ஈடுபடுத்திக் கொள்ளுங்கள். இனிவரும் நாட்களில் மிகப் பெரிய வெற்றியைப் பெற அது வழி வகுக்கும்.

'வாய்ப்புக்கான விதைகளை விதையுங்கள்
உங்கள் அன்றாட வாழ்வில்'

இடர்ப்பாடில்லாத வாய்ப்பா?

நம்பிக்கையில்லாதவர்கள் (Pessimists) எதிலும் குறை காணவே செய்வார்கள். எந்தவொரு செயல்நிலையிலும் எதிர்மறையான அம்சங்கள் மட்டுமே அவர்களுடைய கண்ணில் படும்.

இங்கிலாந்தின் முன்னாள் பிரதமரும், உலகப் புகழ் பெற்ற ராஜதந்திரியுமான சர். வின்ஸ்டன் சர்ச்சில் ஒரு நன்னம்பிக்கையாளர். அவர் அரசியல் தலைவர் மட்டுமல்ல, சிறந்த எழுத்தாளரும் ஓவியருங்கூட.

'நம்பிக்கை இல்லாதவர்கள் தங்களுக்கு கிடைத்துள்ள வாய்ப்பில் என்னென்ன இடர்பாடுகள் உள்ளன என்பதைத்தான் காண்கிறார்கள்' என்று சர்ச்சில் எழுதியுள்ளார். உங்களுக்கான வாய்ப்பினை எப்படி பயன்படுத்துகிறீர்கள், அதைப் பற்றி என்ன சிந்திக்கிறீர்கள் என்பதுதான் உங்கள் செயலில் மிகப் பெரிய தாக்கத்தை ஏற்படுத்தும்.

உதாரணமாக கணக்கில் ஒரு கடினமான 'ப்ராப்ளம்'. போதிய நம்பிக்கை இல்லாத ஒருவர் அதைச் செய்ய முடியாது என்று நினைக்கிறார். சிறிதும் முயற்சி செய்யாமலே அதை விட்டு விடுகிறார். ஆனால் நம்பிக்கையுடையவரோ கடினமான கணக்கைத் தாம் கற்றுக் கொள்வதற்கு ஒரு வாய்ப்பாகவே கருதுவார். வெற்றிக்கு தேவை மன உறுதி. திட சித்தமே உங்களை வெற்றிப்பாதையில் வழி நடத்தும்.

நம்பிக்கை மனப்பாங்கைப் பெறுங்கள். புதியவைகளைக் கற்கும் ஆர்வத்தோடு வாய்ப்புகளை (கடினமானது என்றாலும்) நாடிச் செல்லுங்கள்.

'சவாலாய் தெரிகிற ஒவ்வொன்றிலும் இருந்து
புதிதாய் ஒன்றை நீங்கள் கற்க முடியும்.'

வாய்ப்புகளை உருவாக்குங்கள்

பிரான்சிஸ் பேகன் லண்டனில் வாழ்ந்தவர். பிரிட்டிஷ் பாராளுமன்ற உறுப்பினராகவும், சட்ட முகவராகவும் (Solicitor general) அரசு முதன்மை ஆதரவுரைஞராகவும் (Attorney general) இருந்தவர். ஊழல் குற்றச்சாட்டில்

சிறை சென்றார். விடுதலையான பின் தத்துவார்த்தமான படைப்புகளை உருவாக்கலானார்.

'ஓர் அறிவாளியால்தான் காண்பதை விட அதிக வாய்ப்புகளை உருவாக்க முடியும்' என்பார் பேகன்.

ஓர் அறிவாளி வாய்ப்புகளை உருவாக்குவார் அல்லது வாய்ப்புகளைத் துரத்திப் பிடிப்பதற்கான புதிய வழிமுறைகளைக் கண்டறிவார் என்பதையே இது குறிக்கிறது.

வாய்ப்புகளைக் கண்டறிகிற ஒருவர் பெரும்பாலும் தம்முடைய ஆசிரியர், குடும்பத்தினர் அல்லது நண்பர்களின் யோசனைகளையே பிரதிபலிக்கிறார்.

நீங்கள் புதிய சவால்களை எதிர்கொள்கிற போது தேவையான தகவல்களை மற்றவர்களிடமிருந்தும் பெறுங்கள்.

உண்மையில் உங்களுக்கு நீங்களே சவால் விட விரும்பினால் புதிய வாய்ப்புகளை முயன்று பார்ப்பீர்கள்தானே.

கற்பதற்கான வாய்ப்பு

'அணுவியலின் தந்தை' என்று போற்றப்படுகிற ஆல்பர்ட் ஐன்ஸ்டீன், 'இடர்ப்பாட்டின் நடுவாக இருக்கிறது வாய்ப்பு' என்று ஒரு சமயம் குறிப்பிட்டிருக்கிறார். இதன் பொருள், 'நாம் கற்பவைகளில் பெரும் பகுதி நம்மால் எதிர்கொள்ளப்படும் சவால்களில் இருக்கிறது' என்பதாகும்.

பொதுவாக செய்வதற்குக் கடினமான செயல்களைத் தவிர்த்துவிட்டு, எளிதானவற்றையே மக்கள் விரும்பிச் செய்வார்கள். இதற்குக் காரணம் தங்களுக்கு சவாலாய் தெரிகிற விஷயங்களில் உள்ள வாய்ப்புகளை அவர்கள் கண்டுகொள்ள தவறிவிடுவதுதான்.

ஒரு கடினமான வேலை வரும் பொழுது, 'இதில் நாம் கற்பதற்கான வாய்ப்பு இருக்கிறது' என்று நீங்கள் கருதியதுண்டா ?

நீங்கள் ஒவ்வொரு முறையும் இலகுவானவைகளையேச் செய்து கொண்டு, சவாலானவைகளைத் தவிர்க்க முற்பட்டால் பல வாய்ப்புகளை இழக்க நேரிடும்.

உங்கள் திறமைகளை வளர்த்துக்கொள்ள உங்களைக் கட்டாயப்படுத்தும் சவால்களை எதிர்பார்த்திருங்கள். நீங்கள் வாய்ப்புகளைக் காண்பீர்கள் நிறையவே.

பிரச்சனை ஒரு வாய்ப்பு

ட்யூக் எலிங்டன் (1899-1974) என்பவர் சிறந்த பியானோ கலைஞர். அவர் ஓர் இசைக் குழுவை நடத்தி வந்தார். சுமார் 2000-ற்கும் மேற்பட்ட இசைப் பகுதிகளை அவர் உருவாக்கியிருக்கிறார். தம்முடைய குழந்தைப் பருவத்தில் அவர் பியானோ இசைத்ததில்லை. இளைஞனான பிறகுதான் பியானோ வாசிக்கவே கற்றுக்கொண்டார்.

எலிங்டன் ஒரு சமயம் இப்படிக் கூறினார், 'ஒரு பிரச்சினை என்பது நீங்கள் சிறப்பாகச் செயல்படுவதற்குக் கிடைத்த வாய்ப்பு' என்று.

பியானோ வாசிப்புக்கான பாடங்களை அவர் குழந்தைப் பருவத்தில் வெறுத்திருந்தாலும், பியானோ மீது அவருக்கு வெறுப்பு இருந்ததில்லை. அதனால்தான் அவர் எளிதாகக் கற்றுக்கொண்டார். நாட்டிலேயேப் போற்றத்தக்க இசைக் கலைஞர்களில் தானும் ஒருவரானார் அவர்.

அமெரிக்க முன்னாள் அதிபர் நிக்சன், தம்முடைய எழுபதாவது பிறந்த நாளில் எலிங்டனை அழைத்து கவுரவித்தார்.

கடினமாக இருக்கிறது என்பதற்காக அவர் பியானோவைக் கற்காமல் இருந்திருந்தால் மிகப் பெரிய விருதுகள் எப்படி அவருக்குக் கிடைத்திருக்கும்?

இன்று ஒரு பிரச்சினையை எதிர்கொள்ளும் நிலையில் ஒன்றை நீங்கள் நினைவில் கொள்ளுங்கள். அது மிகச் சிறப்பாக செயல்படுவதற்கு உங்களுக்குக் கிடைத்த வாய்ப்பு. அத்துடன் உங்கள் முயற்சிகளின் பலனாய் மிகப் பெரிய கவுரவத்தை நீங்கள் பெறப் போகிறீர்கள்.

❖ ❖ ❖

4. மனநிறைவுக்கு உத்தரவாதமளிப்பவர்

அமெரிக்காவில் கிங்ஃபிஷர் (ஒக்லஹாமா மாநிலம்) என்கிற ஊரில் 1918-ஆம் ஆண்டு பிறந்தவர் சாம் வால்டன். அவருடைய ஐந்தாம் வயதில் இருந்தே குடும்பம் அடிக்கடி இடம் பெயர்ந்தது. நாடே வறுமையின் பிடியில் சிக்கியிருந்த காலகட்டம் அது. எப்படியும் வாழ்ந்தாக வேண்டும் என்கிற நிர்ப்பந்தத்தில் வால்டனின் குடும்பம் ஊர் ஊராகச் சென்று கொண்டிருந்தது.

தம்முடைய சிறுவயதில் வீடு வீடாகப் போய் பால் சப்ளை, பேப்பர் போடுவது என்று சில்லறை வேலைகள் செய்து காசு பார்ப்பார் வால்டன். குடும்பச் செலவுகளைச் சமாளிக்க வால்டனின் தாய், பால் விற்பனை செய்தார். ஏழாம் வகுப்பு தொடங்கி கல்லூரிப் படிப்பு முடிகிற வரை பேப்பர் போடுகிற வேலையைச் செய்தார் மகன். முயல்களையும், புறாக்களையும் வளர்த்து விற்பனை செய்வார் அவர். அந்த வறட்சிக்காலத்தில் அவருடைய சேமிப்பில் 5000 டாலர்கள் வரை சேர்ந்திருந்தது. பகுதி நேர வேலையாக ஓட்டல்களில் பரிமாறுகிறவராகவும், நீச்சல் குளத்தில் உயிர்களைக் காப்பாற்றுகிறவராகவும் அவர் வேலை செய்திருக்கிறார்.

வால்டன், வணிகவியலில் பட்டம் பெற்றபின், ஒரு விற்பனைக்கூடத்தில் வேலை பார்த்தார். அங்கே வேலை பார்த்த ஒன்றரை வருடத்தில் பல வியாபார நுணுக்கங்களை அவரால் கற்றுக்கொள்ள முடிந்தது. பிற்பாடு தம்முடைய வால்டன் விற்பனைக்கூடங்களில் அதே உத்திகளை அவர் பயன்படுத்தினார்.

வால்டன் கொஞ்ச காலம் இராணுவத்தில் வேலை பார்த்தார். ஹெலன் ராப்ஸன் என்கிற பெண்ணை அப்போது காதலித்து மணந்தார். இராணுவத்தில் ஒப்பந்த காலம் முடிந்ததும் டாம் பேட்ஸ் என்கிற நண்பருடன் பல்பொருள் அங்காடி ஒன்றைத் தொடங்க விரும்பினார். ஆனால் கூட்டுத் தொழில் செய்வதை வால்டனின் மனைவி விரும்பவில்லை.

அப்போது 'பென் ஃப்ராங்ளின்' விற்பனைக்கூடங்கள் ரொம்பப் பிரசித்தம். வால்டன் அங்கே பெண்களின் உள்ளாடைகளை விலைக்கு வாங்கி இலாபத்துக்கு விற்றார். பொருட்களை தள்ளுபடி விலையில் விற்றால்தான் அதிகப் பொருள்களை விற்கமுடியும், இலாபமும் கூடுதலாக இருக்கும் என்பதைப் புரிந்து கொண்டார் அவர்.

வால்டன் நேரடியாய் பொருட்களைக் கொள்முதல் செய்ததால், அடக்க விலை குறைவாயிருந்தது.

பென் ஃப்ராங்களின் நிறுவனத்திடம் விற்பனைக்கூடம் ஒன்றை விற்பனை உரிமை (Franchise) அடிப்படையில் பெற்று, வியாபாரம் செய்யலானார். கடைக்கு இடம் கொடுத்திருந்தவர் தாமே அந்தக் கடையை

எடுத்து நடத்த விரும்பினார். வால்டனுக்கு இடத்தின் குத்தகைக் காலத்தை புதுப்பித்துக் கொடுக்க மறுத்தார். ஆக, கடையை விற்றாக வேண்டிய நிலை ஏற்பட்டது வால்டனுக்கு.

கடையை விற்றதில் 50,000 டாலர் இலாபம் கிடைத்தது. அந்தப் பணத்தைக் கொண்டு வேறோர் ஊரில் புதிதாய் ஒரு கடையை வாங்கத் தீர்மானித்தார் திருமதி வால்டன். ஒரு வியாபாரக் குடும்பத்தில் இருந்து வந்த பெண்மணி அவர். வியாபார நுட்பங்கள் அவருக்கு அத்துப்படி.

பென்டன் வில்லி (அர்கன்ஸாஸ்) ஒரு சிறிய ஊர். மூவாயிரம் பேர்கள் மட்டுமே வசித்தார்கள். அங்கே தன்னுடைய பல்பொருள் அங்காடியைத் தொடங்கினார் வால்டன். அவர் அறிமுகப்படுத்திய சுயசேவை (Self service) முறைக்கு மக்களிடையே நல்ல வரவேற்பு இருந்தது.

வால்டன் 'பென் ஃப்ராங்ளின்' நிறுவனத்திடம் மேலும் பல விற்பனைக் கூடங்களை நடத்த 'விற்பனை உரிமை' பெற்றார். பொருட்களின் விற்பனையை அதிகரிக்க தள்ளுபடி (Discount) விலையில் விற்பது சிறந்த உத்தியாய் தெரிந்தது.

1962-இல் தம்முடைய சொந்த வியாபாரத்தைத் தொடங்கினார் வால்டன். அர்கன்ஸாஸில் ரோஜர்ஸ் என்கிற இடத்தில் முதல் கடை தொடங்கப்பட்டது. கடைக்கு 'வால்மார்ட்' என்று பெயர் சூட்டப்பட்டது.

வாடிக்கையாளர்களுக்கு தரமான சேவையும் திருப்தியும் கிடைத்தது. சீக்கிரமே மூன்று கிளைகளைத் திறந்தார். கடையின் ஒரு பகுதியில் குறிப்பிட்ட பொருட்களை குறைந்த விலையில் விற்க ஏற்பாடு செய்தார்.

'வால்மார்ட்' விற்பனைக்கூடத்தில் மற்ற கடைகளை விட குறைந்த விலைக்கே பொருட்கள் கிடைத்தது. பொருட்களில் திருப்தி ஏற்படாவிடில் வாடிக்கையாளர் பொருட்களைத் திருப்பிக் கொடுத்து, பணத்தைத் திரும்பப் பெற்றுக் கொள்ளவும் வால்டன் ஏற்பாடு செய்திருந்தார். வேறெங்கும் இருந்திராத இந்தச் சலுகைகளால் நிறைய பேர் வால்மார்ட் விற்பனைக்கூடங்களின் வாடிக்கையாளர்களாயினர்.

தொழில் அனுபவம் உள்ள சிலரைக் கொண்டு ஓர் அபிவிருத்திக் குழுவை அமைத்தார் வால்டன். நிறுவனத்தை பெரிய அளவில் விரிவுபடுத்த குழுவின் யோசனைகளை அவர் பயன்படுத்திக் கொண்டார். பல்வேறு பொருட்களையும் அதிக அளவில் இருப்பு வைக்க பண்டகசாலை ஒன்று நிறுவப்பட்டது. நிறுவனத்தின் செயல்கள் கணினிமயமாக்கப்பட்டன. கம்ப்யூட்டர்கள் வியாபார உலகில் காலடி வைத்திராத நேரம் அது. வால்டன் தம்முடைய நிறுவனத்தில் கம்ப்யூட்டர் செயல் முறையைப் புகுத்தினார்.

அடுத்து, வால்மார்ட்டை ஒரு பொது நிறுவனமாக்கும் நடவடிக்கையை மேற்கொண்டார் வால்டன். நிறுவனக் கடன்களை அடைப்பதற்கான திட்டம். வால்மார்ட் பங்குகள் இலாபகரமான முதலீடுகளாக நம்பப்பட்டது.

1650 டாலர் விலையில் வாங்கப்பட்ட நூறு பங்குகள் இன்று 30 இலட்சம் டாலர் மதிப்பில் உயர்ந்திருக்கிறது.

மற்றவர்கள் தொழில் தொடங்கத் தவறிய இடங்களிலெல்லாம், தம்முடைய நிறுவனத்திற்கு கிளைகளைத் தொடங்கினார் வால்டன். சிறிய ஊராயிற்றே என்று அவர் எந்த இடத்தையும் அலட்சியப்படுத்திவிடவில்லை. அவரிடம் ஒரு சிறிய விமானம் இருந்தது. அந்த விமானத்தில் பறந்தபடி வாய்ப்பான இடங்களை அவர் கண்டறிந்தார்.

1970-இல் தம்முடைய 32 கடைகள் மூலம் 31 மில்லியன் டாலர்களுக்கு விற்பனை செய்தார் வால்டன். பத்தே ஆண்டுகளில் கடைகளின் எண்ணிக்கை 276 ஆக உயர்ந்தது. விற்பனை 120 கோடி டாலர் அளவிற்கு பெருகியது. தொழிலை விரிவுபடுத்துகிற போது பணியாளர்களின் எண்ணிக்கையும் கூடும்தானே. வாடிக்கையாளர்கள் பெருகப் பெருக விற்பனையும் பெருகுகிறது. எல்லாவற்றையும் நிர்வகிக்க சிறந்த திறமைசாலிகள் நிர்வாகிகளாக பணி அமர்த்தப்பட்டனர். நிறுவன மேலாளர்களுக்கும் இலாபத்தில் பங்கு வழங்கும் திட்டத்தை அறிமுகப்படுத்தினார் வால்டன். பணியில் இருந்து விலகும் போது, ஒரு கணிசமான தொகையுடன் பணியாளர் விலகுவதற்கு அது வகை செய்தது. பணியாளர்கள் ஊக்கமுடன் பணியாற்றவும் அது உதவிற்று எனலாம். நிறுவன இலாபத்தை அதிகரிக்கவும் ஆக்கப்பூர்வமான யோசனைகளை அவர்கள் முன் வைத்தனர்.

வால்டன் தமது நிறுவனத்தில் புகுத்திய எத்தனையோ புதுமைகளில் 'இலாபப் பகிர்வு' திட்டமும் ஒன்று எனலாம். வால்மார்ட் ஆயிரக்கணக்கான பணியாளர்கள் கொண்ட பெரிய நிறுவனமாய் வளர்ந்தபோதும், எந்தவொரு பணியாளரும் வால்டனை எளிதாய் சந்திக்க முடிந்தது. வால்மார்ட் குழுமத்தில் தானும் ஓர் அங்கம் என்கிற உணர்வைத் தம்முடையப் பணியாளர்களிடம் அவர் ஏற்படுத்தியிருந்தார்.

'நீங்கள் பணியாளர்களை அன்பாக நடத்தினால்,
அவர்கள் வாடிக்கையாளர்களை மதித்து நடந்து கொள்வார்கள்.'

என்பது வால்டனின் கருத்து. அவர் 1985-ஆம் ஆண்டின் உலகக் கோடீஸ்வரர்கள் வரிசையில் (ஃபோர்பஸ் பத்திரிகையின் பட்டியல்படி) முதல் பத்து நபர்களில் ஒருவராயிருந்தார். அமெரிக்காவின் அப்போதைய 'நெம்பர் ஒன்' கோடீஸ்வரரும் அவர்தான். அவருடைய தொழிலின் மதிப்பு 5000 கோடி டாலர்களாயிருந்தது.

வால்டன் அடைந்த வெற்றிக்குக் காரணம் சுற்றுப்புறத்தையும், மக்களையும் ஊன்றிக் கவனிப்பது, விளைவைக் கருத்தில் கொண்டு செயல்படுவது, விடாமுயற்சி இவைதாம்.

எங்கெங்கே கிளைகள் திறக்கலாம் என்று ஆராய்ந்தது போலவே, பணியாளர்களை எப்படியெல்லாம் ஊக்குவிக்கலாம் என்பதையும் அவர் சிந்தித்துக் கொண்டிருப்பார். நிறுவனத்தில் பணியாளர்கள் கூறும் புதிய யோசனைகளையும் அவர் கவனமுடன் கேட்டுக் கொள்வார்.

'வாடிக்கையாளர்களின் மனநிறைவே உங்களை வெற்றிபெறச் செய்யும்' என்பார் அவர்.

எல்லாரும் போகிற திக்கில் வால்டன் போகவில்லை, அவர் எதிர்திக்கில் சென்று சாதகமான சந்தர்ப்பத்தைக் கண்டறிந்தார்.

❖ ❖ ❖

5. வானமே எல்லை

வாழ்க்கையில் நிம்மதியும் மகிழ்ச்சியும் நிறைந்திருக்க வேண்டும் என்று விரும்பாதவர் யார்? உங்களைப் போலத்தான் மற்றவர்களும், மற்றவர்களைப் போலத்தான் நீங்களும் அவற்றைத் தேடிப் பெறுகிற நிலை.

நீங்கள் எத்தனை தூரம் வேண்டுமானாலும் செல்லலாம், எதை வேண்டுமானாலும் விரும்பலாம். வானமே எல்லை. நம்பிக்கை உங்களை அங்கே கொண்டு செல்லும். நீங்கள் விரும்பியதை அது பெற்றுத் தரும்.

'உங்களிடம் இருக்கும் ஆற்றலை நீங்கள் வெளிப்படுத்துங்கள், அதற்கான தருணம் இதுவே!'

யார் உங்களைப் படைத்தானோ அவன்தான் உங்களுக்கு வேண்டியவைகளையும் படைத்திருக்கிறான். நீங்கள் அவற்றைப் பெறுவதற்கான உத்தரவாதத்தையும் அவன் முன்பே வழங்கி இருக்கிறான்.

உங்களுடைய உறுதியைச் சோதிப்பதற்காகவே தடைகளும், சவால்களும், இடர்ப்பாடுகளும் அங்கே இருக்கின்றன. நீங்கள் நம்பிக்கையோடு உங்கள் கனவின் பின்னே செல்கிற போது அது உண்மையென்பதை கண்டுகொள்வீர்கள்.

வானமே எல்லை! ஆயினும், எத்தனை உயரம் செல்வதென்பதை நீங்கள் தீர்மானித்துக் கொண்டேயாக வேண்டும்.

வெற்றி என்பது சந்தர்ப்பவசத்தில் விளைவதல்ல, நீங்கள் தெரிவு செய்து கொள்வது. அது நீங்கள் காத்திருந்து பெறுவதல்ல, முயன்று பெறுவது.

'இன்று வரும் நாளை வரும்' என்று வாய்ப்புக்காகக் காத்து இருக்கிறவர்கள் நிறைய பேர். அது என்றோ வரலாம், வராமலும் போகலாம்.

நல்வாய்ப்புகளுக்காக ஏன் காத்திருப்பது? ஏன், நாமே அவற்றை உருவாக்கிக் கொள்ள முடியுமே.

கப்பல் உங்களைத் தேடி வராது. நாம்தாம் அதை நோக்கிச் செல்ல வேண்டும்.

தேடிச் செல்லுங்கள்

வில்லி ஜோலே என்று ஒரு சுயமுன்னேற்ற எழுத்தாளர், நம்பிக்கையூட்டும் பேச்சாளர். ஒரு சமயம் உயர்நிலைப்பள்ளி ஒன்றில் அவர் உரை நிகழ்த்திக் கொண்டிருந்த போது இளம் பெண் ஒருத்தி கேட்டாள், 'வெற்றி உங்களைத் தேடி வராவிட்டால் நீங்கள் என்ன செய்வீர்கள்?' என்று. அவர் "அந்நிலையில் நான்தான் அதைத் தேடிச் செல்வேன்" என்று

பதிலளித்தார். அந்தப் பெண் ஏதோ யோசிக்கிற மாதிரி இருந்தது, கணத்தில் முகம் பளிச்சிட, 'ஓ அதற்காக நாம் காத்திருக்க வேண்டியதில்லை என்கிறீர்கள், சரிதானே' என்றாள்.

நீங்கள்தான் தீர்மானிக்கிறீர்கள்

வெற்றி ஒரு தற்செயலான நிகழ்வு என்றே பலரும் நம்பிக் கொண்டிருக்கிறார்கள். அது ஒரு தவறான எண்ணம். அவர்கள் தவறான முறையில் பயிற்றுவிக்கப்பட்டிருக்கிறார்கள் என்றே சொல்ல வேண்டும்.

வெற்றி தற்செயலாய் நிகழ்வதல்ல, ஆனால் ஒரு முடிவெடுத்து அதைச் செயல்படுத்துவதன் மூலம் நாம்தான் அதை (வெற்றி) நிகழ்த்துகிறோம்.

மிகச் சிறந்ததைத் தவிர வேறெதையும் பெறப் போவதில்லை என்று நீங்கள் தீர்மானித்துவிட்டால் நிச்சயமாக அதை அடைவீர்கள்.

வாழ்க்கையில் உங்கள் கை மீறிய விஷயங்கள் பல இருக்கின்றன. உதாரணமாக இயற்கையின் சீற்றங்கள், தட்பவெப்ப நிலை இவற்றை நீங்கள் கட்டுப்படுத்த முடியாது. மழை உங்கள் கட்டுப்பாட்டில் இல்லை. ஆனால், குடை அல்லது ரெய்ன் கோட் மூலம் உங்கள் எதிர்ச்செயலை நீங்கள் மேற்கொள்ள முடியும். நம்மால் மாற்ற முடியாதவைகளை அமைதியாக ஏற்றுக் கொள்ளக்கூடிய பண்பை கடவுள் நமக்குக் கொடுத்திருக்கிறார். மாற்றிதான் ஆக வேண்டும் என்கிற விஷயங்களை மாற்றுவதற்கான துணிவையும் அவர் நமக்குத் தந்திருக்கிறார். ஒன்றில் இருந்து மற்றொன்றைப் பிரித்தறியக்கூடிய அறிவு நுட்பத்தையும் அவர் நமக்கு வழங்கியிருக்கிறார்.

உங்கள் மகிழ்ச்சியை, உடல்நலத்தை, செல்வத்தை நீங்கள் தேர்ந்து கொள்ள முடியும். உங்களால் நம்ப முடிகிற எல்லாமும் உங்களுக்கு சாத்தியம்தான்.

நீங்கள் எங்கிருக்கிறீர்கள், என்னவாக இருக்கிறீர்கள் என்பது உங்கள் தேர்வாற்றல்களின் (Choices) விளைவேயாகும்.

உங்கள் விதியைத் தீர்மானிப்பது நட்சத்திரங்களோ ஜாதகக் கட்டங்களோ அல்ல. நீங்களும், வாழ்க்கை பற்றிய உங்கள் மனோபாவமும்தான் வாழ்வின் உயர்வைத் தீர்மானிப்பதாகும்.

ஒவ்வொருவருடைய வாழ்க்கையையும் ஒரு குறிப்பிட்ட பகுதிவரைக்கும் சூழ்நிலையாலும், அவர்களைச் சுற்றியுள்ள உலகில் ஏற்படும் மாற்றங்களாலும் வடிவமைக்கப்படுகின்றன. அந்த உருவாக்கத்தில் அவர்களுடைய மரபு வழி, செயல்களின் வெற்றி தோல்வி இவற்றுக்கும் பங்கிருப்பதை நாம் மறுக்க முடியாது. ஆனால், அந்த வாழ்க்கையைத் தன் விருப்பம் போல் வளைத்துக் கொள்ளக்கூடிய (தான் விரும்பியவாறு அமைத்துக் கொள்கிற) ஒரு நிலை பிறகு வந்துவிடுகிறது. நன்கு பிசைந்த களிமண் உங்கள் கையில் இருக்கிறது. பிடிக்கப்போவது பிள்ளையாரா குரங்கா என்பதை நீங்கள் தீர்மானித்துக் கொள்ளமுடியும்.

பலவீனமானவர்கள்தாம் எதற்கெடுத்தாலும் மற்றவர்கள் மீது பழியைப் போடுவார்கள். தங்களுடையப் பெற்றோர்கள், நேரம், துரதிருஷ்டம், விதியின் திடீர் திருப்பங்கள் பற்றி அவர்கள் குறைபட்டுக் கொள்வார்கள். உண்மையில் தங்கள் கனவை நனவாக்கிக் கொள்ளும் ஆற்றல் தங்களிடமே இருப்பதை அவர்கள் உணர வேண்டும்.

'ஹானிபல்' என்கிற மேதை சொன்னார், 'ஒரு வழியை நீங்கள் கண்டடைய முடியாவிட்டால், அப்போது ஒரு வழியை நீங்களே உருவாக்குங்கள்' என்று.

'வாழ்க்கை ஒன்றும் எளிதானதல்ல – நம்
வழியில் தடைகள் இருக்கவே செய்யும்.'

மிகப் பெரிய தடைகளைக் கடந்துதான் மிகப் பெரிய வெகுமதிகளை நீங்கள் அடைகிறீர்கள். நம்பிக்கையோடு தீர்மானிப்பதன் மூலமே அதை நீங்கள் நிகழ்த்த முடியும். மற்றவர்களிடம் இருந்து நம் தனித்தன்மையால் நம்மை வேறுபடுத்திக் காட்டுவதா அல்லது பிரதானப் போக்கில் (Mainstream) கரைந்து காணாமல் போவதா என்பதை நீங்கள்தாம் முடிவு செய்தாக வேண்டும்.

பெர்னார்ட்ஷா கூறுவார் : 'தாங்கள் இப்படி இருப்பதற்கு தங்களுடைய சந்தர்ப்ப சூழ்நிலைகள்தாம் காரணம் என்று மக்கள் குறை பேசிக் கொண்டிருக்கிறார்கள். தங்களுக்கு உகந்தச் சூழ்நிலையை அவர்கள்தாம் உருவாக்கிக் கொள்ள வேண்டும்' என்று.

'உங்கள் வெற்றிக்கும், தோல்விக்கும்
நீங்கள்தாம் பொறுப்பு.'

எர்னஸ்ட் ஹென்லே என்ற கவிஞர் தம்முடைய கவிதையொன்றில் இப்படிக் குறிப்பிடுகிறார். 'என்னுடைய விதிக்கு நானே எஜமானன், என் ஆன்மாவுக்கு நானே தலைவன்' என்று. உங்கள் கனவை நனவாக்குவது உங்களுடைய கையில்தான் இருக்கிறது.

ஒவ்வொன்றுக்கும் ஒரு விலை உண்டு. வாழ்க்கையில் மேம்பட விரும்புகிறவர் அதற்குரிய விலையைக் கொடுத்தாக வேண்டும்.

அதிக விலை கொடுத்தாலும் தொடர்ந்து ஆதாயம் இருக்கும்.

நீங்கள் பிரச்சனைகளையும் சவால்களையும் அனுபவித்தால் மட்டும் போதாது, அவற்றின் மூலம் ஆதாயம் காணவும் வேண்டும்.

நீங்கள் கனவுகாண வேண்டும். பிறகு ஓர் உறுதியான முடிவையெடுத்து அதன் பேரில் செயல்பட வேண்டும். நிறைவாக உங்கள் முயற்சியில் வெற்றிக்கும் மேம்பாட்டுக்கும் பாடுபட வேண்டும்.

கனவு காண்பவர்களையும் சாதனையாளர்களையும் வேறுபடுத்திக் காட்டுவது விருப்பமே (Desire).

'நீங்கள் வெற்றிக்கும் மேம்பாட்டுக்கும்
ஆசை வைக்க வேண்டும்.'

ஒன்றை இழந்து ஒன்றைப் பெறுதல்

மியூசிக் ஆல்பம் தயாரிக்கிற கம்பெனி ஒன்றை அணுகிய வில்லி ஜோலே, தாம் பாடி பிரபலமாக விரும்புவதைத் தெரிவித்தார். நிறுவன அதிகாரி, 'நீங்கள் வீட்டில் அனுபவித்துக் கொண்டிருக்கும் சவுகரியங்களை விடத் தயாரா ? சமயத்தில் நடைபாதைகளில் கூட தங்க வேண்டியிருக்கும், பரவாயில்லையா ?'

காலையில் வெகு சீக்கிரமே கண் விழித்து, இரவு வெகுநேரம் கழித்து உறங்குவதற்கு தயாரா ? இன்னும் எத்தனையோ இடர்பாடுகள் இருக்கும், அவற்றையெல்லாம் சகித்துக் கொள்ள முன் வருவீர்களா ? என்று கேட்டார். 'நீங்கள் உண்மையிலேயே அப்படித் துன்பப்பட வேண்டியிருக்காது. ஆனால், துன்பங்களைத் தாங்கிக் கொள்ளத் தயாராயிருக்க வேண்டும்' என்றார் அவர்.

இசைத் துறையில் வருவதற்கு மட்டுமல்ல, மருத்துவத் துறையில், கணினித் துறையில், விற்பனைத் துறையில் (இப்படியான மற்ற துறைகளிலும்) பெரிய ஆளாக வருவதற்கு எல்லாவற்றையும் இழக்க ரொம்பப் பேர் தயாராக இருக்கிறார்கள்.

'கனவுகள் மெய்ப்பட வேண்டுமெனில்
கட்டாயம் சிலவற்றை இழக்க நேரிடும்.
உரிய விலையைக் கொடுக்க வேண்டியிருக்கும்?'

நீங்கள் கூடுதலாக உழைக்கத் தயார் என்றால் உங்கள் துறையில் உங்களால் வித்தியாசம் காட்ட முடியும்.

சின்னச் சின்ன தியாகங்கள் போதும் பெரிய வெற்றிக்கு. அதிகாலையில் படுக்கையை விட்டு எழுவது, டி.வி. பார்க்கிற நேரத்தைப் படிப்பதற்காக ஒதுக்குவது இப்படி. சில அசவுகர்யங்களைப் பொறுத்துக் கொள்ள வேண்டியிருக்கும். சில வலிகளைத் தாங்கிக் கொள்ளும்படி இருக்கும்.

அதிக அளவில் விருப்பத்தை வளர்த்துக் கொள்ளுங்கள். அதிக அளவில் பொறுப்பேற்பவராயிருங்கள். தற்போது நீங்கள் என்ன செய்து கொண்டிருந்தாலும், உங்களால் இன்னும் கூடுதலாகச் செய்ய முடியும்.

நீங்கள் எதைச் செய்தாலும் அதை சிறப்பாகச் செய்யுங்கள். உங்கள் கனவுகள் முளைவிட்டு துளிர்ப்பதை, செடியாய் வளர்வதை, பூச்சொரிவதை நீங்கள் காண்பீர்கள்.

வாழ்க்கை ஒரு வெகுமதி, மதித்துப் போற்றப்பட வேண்டியது. கொஞ்ச காலத்துக்கு முன் அமெரிக்காவில் தியோடர் ரூஸ்வெல்ட் என்று ஒரு குடியரசுத் தலைவர் இருந்தார். அவருடைய காலத்தில் வீரமிக்க ஒரு மனிதராகவே அவர் போற்றப்பட்டார்.

'ஒன்று வாழ்ந்தால் பெரிய அளவில் வாழுங்கள். எந்த துன்பத்தையும் எதிர்க்கும் வல்லமையோடு வாழ்க்கையில் பங்கேற்றிடுங்கள். இல்லையேல் வாழ்க்கையை விட்டு வெளியேறிவிடுங்கள்' என்பார் அவர். எதையும் சவாலாக ஏற்றுச் செயல்பட வேண்டும் என்பது அவருடைய கருத்து.

யார் கடைசி வரை களத்தில் நிற்கிறாரோ அவருக்குத்தான் அத்தனை சிறப்பும், அவரை விமர்சிப்பவருக்கல்ல. யார் புழுதியில் விழுந்து, வியர்வை சிந்தி, இரத்தம் வடிய போராடுகிறாரோ அவரே போற்றப்படுகிறார். துணிச்சலுடன் முயல்கிறவருக்கே மதிப்பு.

'தகுந்த ஒரு காரணத்துக்காகத் தன்னுடைய உழைப்பைத் தருகிறவர் உயர்வடைகிறார்.'

வென்றாலும் தோற்றாலும் உங்கள் வாழ்க்கையை முழுமையாய் வாழுங்கள்.

- கனவு காணுங்கள்.
- ஆழ்ந்து சிந்தியுங்கள்.
- ஒவ்வொரு நாளையும் புன்னகையுடன் வரவேற்றிடுங்கள்.
- மகிழ்ச்சியைத் தேர்ந்து கொள்ளுங்கள்.
- இன்று அடுத்தவர் செய்யாததை நீங்கள் செய்தால் நாளை மற்றவர்களிடம் இல்லாதது உங்களிடம் இருக்கும்.
- வாழ்க்கையை நேசியுங்கள்.
- வாழ்க்கை கடினமானதல்ல எளிமையானது.
- உங்கள் ஆற்றலை, நிகழ்த்தும் தன்மையைக் குறைத்து மதிப்பிடாதீர்கள்.
- ஒரு காலத்தில் சாத்தியமற்றது என்று கருதப்பட்டவைகள் எல்லாம் இன்று சாதிக்கப்பட்டுவிட்டன.

6. ஒரு கனவில் இருந்து...

தொழில் உலகில் 'ரிலையன்ஸ்' ஒரு சாம்ராஜ்யம். ஒரு சாதாரண மனிதரின் சாதாரண ஆசையும் கனவும் சாம்ராஜ்யத்தை உருவாக்கி விடுமா ? இல்லை. அந்தச் சாதாரண மனிதரின் கனவு மிகப் பெரிய கனவு. 'அம்பானி' என்கிற இரும்பு மனிதரிடம் அதை நடைமுறைப்படுத்தக்கூடிய பேராற்றல் இருந்தது.

1933-இல் நடுத்தர குடும்பத்தைச் சேர்ந்த ஓர் ஆசிரியரின் மகனாகப் பிறந்த திருபாய் அம்பானி அதிகம் படிக்கவில்லை. பதினாறு வயதிலேயே தம்முடைய சொந்த ஊரான சோர்வாத் கிராமத்தை (போர்பந்தர்) விட்டு ஏடன் நாட்டுக்குச் சென்றார். அங்கே இறக்குமதி செய்கிற நிறுவனமொன்றில் எழுத்தர் வேலை. எட்டு ஆண்டுகள் வேலைபார்த்ததில் கணிசமாய் காசு சேர்ந்தது. அதை விட முக்கியம் அங்கே பெற்ற வியாபார அறிவு.

இந்தியா திரும்பியவர் சொந்தமாய் தொழில் செய்யத் திட்டமிட்டார். இருபத்தி ஐந்து வயதில் ரிலையன்ஸ் நிறுவனத்தை மும்பையில் தொடங்கினார். அயல்நாட்டு வாடிக்கையாளர்களுக்கு பொருட்களை சப்ளை செய்கிற இடைத்தரகர் வேலை. நிறைய இலாபம்.

அம்பானிக்குள் ரொம்ப நாளாகவே துணி ஆலை ஒன்றைத் தொடங்க வேண்டும் ஆசை இருந்தது. அந்த ஆசையைப் பூர்த்தி செய்ய அதுவே தருணம் என்று பட்டது. தயங்காமல் ஆலையைத் தொடங்கிவிட்டார். ரிலையன்ஸ் டெக்ஸ்டைல்ஸின் முதல் உற்பத்திப் பிரிவு நரோடா (அகமதாபாத்)வில் அமைந்தது.

தமது தொழிலுக்காக பாலியஸ்டர் இழையை இறக்குமதி செய்தவர், இந்தியாவில் தயாராகும் செயற்கைப் பட்டுத் துணியை ஏற்றுமதி செய்தார். அதனால் ஆறேழு ஆண்டுகளிலேயே மிகப் பெரிய வளர்ச்சியை அடைந்தார்.

தொழிலுக்குப் பெரிய அளவில் நிதி தேவைப்பட்டது. கடனீட்டுப் பத்திரங்கள் (Debentures) வெளியிட்டு பணம் திரட்டினார். 'நாமே பாலியஸ்டர் இழையைத் தயாரித்தால் என்ன ?' யோசனை தோன்றியது. பாலியஸ்டர் இழை உற்பத்தி செய்யும் ஆலை 360 கோடி ரூபாய் முதலீட்டில் தொடங்கப்பட்டது.

தொழிலில் எத்தனையோ எதிர்ப்புகள். அத்தனை எதிர்ப்புகளையும் சமாளிக்கக்கூடிய நெஞ்சுரம் உள்ளவராயிருந்தார் அவர்.

அம்பானி வாய்ப்புகளை இறுகப் பற்றிக் கொண்டுவிடுகிறவர். சந்தர்ப்பங்களைத் தனக்குச் சாதகமாக்கிக் கொண்டுவிடுவார்.

'விரைந்து முன்னேற வேண்டும். பெரிய அளவில் முன்னேற வேண்டும்' அதுதான் அம்பானியின் லட்சியம். ஒவ்வொரு நிமிடத்தையும் தொழில் வளர்ச்சிக்குப் பயன்படுத்துகிறவரால் எதைத்தான் சாதிக்க முடியாது ?

அம்பானியின் சாதனைகளில் குறிப்பிடத்தக்கது அவருடைய பெட்ரோகெமிக்கல் தொழிற்சாலை. மும்பைக்கு வடக்கே ஹஸீரா என்னுமிடத்தில் **2100** கோடி ரூபாய் முதலீட்டில் நிறுவப்பட்ட ஆலை அது. தம்முடைய காலத்திலேயே ரிலையன்ஸின் மதிப்பை ரூ.**34,000** கோடியளவிற்கு உயர்த்தியிருந்தார் அவர்.

அம்பானியைப் பொறுத்தவரை வாய்ப்பு என்பது ஒரே வடிவத்தில் வரவில்லை. வாய்ப்பு காலத்தின் உருவிலோ, சூழ்நிலையின் வடிவிலோ, மனிதர்களின் மூலமோ வரும் பொழுது அவர் அதை சரியாகப் பயன்படுத்திக் கொண்டதால் வெற்றியடைந்தார்.

ரிலையன்ஸ் வெற்றியில் மனிதவளம் முக்கியம். அறிவும் திறமையும் மிக்கவர்கள் எங்கிருந்தாலும் அவர்களை ரிலையன்ஸிற்குள் கொண்டு வரச் செய்துவிடுவார் அவர். அந்த வகையில் முகேஷ் அம்பானி தந்தைக்கு உதவியாயிருந்தார். தகுதிமிக்கவர்கள் கேட்ட சம்பளத்தை அவர்கள் தயங்காமல் கொடுத்தனர்.

அம்பானி மனிதர்களைக் கையாளத் தெரிந்தவர். யாரிடம் என்ன திறமை இருக்கும் என்பது அவருக்கு நன்றாகத் தெரியும். அந்தத் திறமையை எப்படி முழுமையாய் வெளிக் கொண்டு வருவது என்பதும் அவருக்குத் தெரிந்திருந்தது.

ரிலையன்ஸ் என்றாலே நம்பிக்கை. நாடெங்கிலும் ஏராளமான குறு முதலீட்டாளர்கள் ரிலையன்ஸில் முதலீடு செய்து இருக்கிறார்கள்.

அம்பானி பொது மக்களிடம் இருந்து பணம் பெற்று புதிய தொழில்களை உருவாக்கவும், இருக்கிற தொழில்களை விரிவுபடுத்தவும் திட்டமிட்டார். நிறுவனப் பங்குகளை வெளியிட்டு நிறைய பணம் திரட்டிய முதல் தொழிலதிபர் அம்பானிதான். தம்முடைய வெற்றிக்கு ஊடகங்களை முழுமையாய் பயன்படுத்தியவர் அவர்.

அம்பானி கூறுவார்

'உங்கள் கனவுகள் மிகப் பெரியதாய் இருக்கட்டும். உங்கள் நோக்கங்கள் உயரியதாய் இருக்கட்டும். உங்கள் ஆர்வம் ஆழ்ந்ததாகவும், உங்களுடைய பணி மிகச் சிறந்ததாகவும் இருக்கட்டும்' என்று.

தமக்கு ஏற்பட்ட சிக்கல்களை பிரச்சனைகளை அவர் துணிவாக எதிர் கொண்டார். தமக்கு நேரிடும் இடர்பாடுகளை வாய்ப்புகளாக மாற்றி விடுவார் அவர்.

'ஒவ்வொரு சவாலும் வாய்ப்புகளோடு வருகிறது. ஒவ்வொரு வாய்ப்பும் சவால்களைத் தன்னகத்தே கொண்டிருக்கும்' என்பார் அவர்.

'எப்போதும் இன்னொரு வழி, இன்னொரு செயல்முறை உண்டு' என்கிற நம்பிக்கையோடு செயல்படுகிறவர் அம்பானி.

வாழ்வின் மிகக் கடினமான நேரம்தான் மனிதர்களை வடிவமைக்கிறது. மிகுந்த மன உறுதியுடன், மிகச் சரியாகச் செயல்படுவதன் மூலம் தம்முடைய கனவுகளை நடைமுறைப்படுத்தியவர் அம்பானி. தேடல்மிக்க மனிதர் அவர்.

❖ ❖ ❖

7. வாய்ப்புகள் ஆயிரம்

நீங்கள் அலி ஹஃபீத் என்கிற துரதிருஷ்டக்காரனின் கதையைக் கேட்டிருப்பீர்களோ என்னவோ. அவன் சிந்து நதிக்கரையில் இருந்த தன்னுடைய வளமான நிலங்களை விற்றுவிட்டு, கிடைத்த பணத்தில் உலகமெங்கும் பயணம் செய்தான். வைரங்களைத் தேடிச் சென்ற பயணம் அது.

வருடக்கணக்கில் அலி ஹஃபீத் மேற்கொண்ட முயற்சி பலனில்லாமல் முடிந்தது. அவன் மாற்று உடை இல்லாமல், பசி பட்டினி கிடந்து தொலைதூர நாடொன்றில் செத்துப் போனான். அதே சமயம், அவனுடைய சொந்த ஊரில் பல இடங்களில் வைரம் இருப்பதைக் கண்டுபிடித்த அரசு, சுரங்கம் தோண்டியது. அலி ஹஃபீத்தின் நிலங்களிலும் வைரம் இருந்தது.

தங்கள் கண்ணெதிரே வாய்ப்புகள் இருந்தும், காலடியில் வாய்ப்புகள் இருந்தும் ரொம்பப் பேர் அலி ஹஃபீத் போன்று அவற்றைத் தேடி உலகெங்கும் பயணிக்கிறார்கள். உலகின் இன்னொரு மூலையில் வளமிக்க நல்வாய்ப்புகள் கொட்டிக் கிடப்பதாக அவர்கள் நம்புகிறார்கள்.

கவனக்குறைவாக இருந்துவிடாதீர்கள்

ஒருவன் பாலைவனத்தின் வழியே பயணம் செய்து கொண்டிருந்தான். வழியில் ஒரு பையைக் கண்டெடுத்தான். அதில் கைவிட்டுத் துழாவினான். நிறையக் கற்கள் தட்டுப்பட்டன. நல்ல இருட்டு, அவை என்னவாக இருக்கும் என்று உறுதியாய் தெரியவில்லை. கூழாங்கற்களாக இருக்கும் என்று நம்பிக்கை. பாலைவனத்தைக் கடந்து ஊர்கள் இருக்கும் பகுதியை அடைந்தபோது பொழுது நள்ளிரவைத் தாண்டியது. சரி விடிந்த பின் பயணத்தைத் தொடர்வோம் என்று எண்ணினான். ஒரு மரத்தடியில் ஓய்வாக அமர்ந்தான். நாலு தப்படி தொலைவில் ஏரியொன்று. அவனுக்குப் பொழுது போகவில்லை. தான் கண்டெடுத்த அந்தக் கற்களை ஒவ்வொன்றாக எடுத்து ஏரியில் வீசினான். பொழுது சற்றே விடியத் தொடங்கியது. அவன் பையில் கையை விட்டுப் பார்த்தான். ஒரேயொரு கல் மிச்சமிருந்தது. அந்தக் கல் பளபளத்தது. வைரம்!

அவன் அடக்கமாட்டாத துயரத்துடன் தன் பயணத்தைத் தொடர்ந்தான். அவனைப் போலதான் பலரும் தங்கள் கைக்குக் கிடைத்த வாய்ப்புகளை விரலிடுக்குகளில் நழுவ விட்டுக் கொண்டிருக்கிறார்கள்.

வாய்ப்புகளைத் தேடி ஏன் அமெரிக்காவிற்கும், ஆஸ்திரேலியாவிற்கும் ஓட வேண்டும்? சில ஆயிரம் டாலர்களுக்கான வேலை வாய்ப்புகள் அங்கே இருக்கலாம். ஆனால், அமெரிக்க ஐரோப்பிய நாடுகள் இந்தியாவைத்தான் வாய்ப்புகளின் உறைவிடமாய் கருதுகின்றன.

அவர்கள் இங்கே புதிதாய் தொழில் தொடங்குகிறார்கள் அல்லது தங்கள் தொழிலின் கிளைகளை இங்கே துவங்குகிறார்கள். காரணம், உலகிலேயே அதிகமான வளங்கள் இந்தியாவில்தான் இருக்கின்றன.

நமக்குத் தேவை விழிப்புணர்வும், கவனமும், சுறுசுறுப்பும் ஆகும். வாய்ப்புகளைக் கைப்பற்றவும், அவைகளை விட்டு நழுவாமல் இருக்கவும் விழிப்புணர்வு தேவை.

நம்பிக்கையைக் குலைக்கும் விமர்சனங்கள்

எடிசன் சிறுவனாக இருந்த போது ரயில் நிலையத்தில் பேப்பர் விற்றிருக்கிறார். ஆண்ட்ரூ கார்னகி அடிநாளில் தந்தி அலுவலகத்தில் வேலை பார்த்திருக்கிறார். எடிசன் விஞ்ஞான ஆராய்ச்சிக்காக சிறிய ஆய்வுக்கூடம் அமைத்தபோது பேப்பர் விற்கிற பையன்கள், நகைத்திருக்கக்கூடும் 'சுத்த பைத்தியக்காரத்தனம்' என்று. ஆண்ட்ரூ கார்னகி உருக்காலை அமைத்தபோது, தந்தி ஊழியர்கள் அவரை 'சரியான முட்டாள்' என்று கருதியிருப்பார்கள்.

உலகம் விமர்சிக்குமே என்று தயங்கினால் நீங்கள் அடுத்த அடியைக் கூட எடுத்து வைக்க முடியாது. முதுகுக்குப் பின்னே நகைப்பவர்களுக்கு முக்கியத்துவம் கொடுத்திருந்தால் மிகப் பெரிய தொழிலதிபர்களும், விஞ்ஞானிகளும், விளையாட்டு வீரர்களும், கலைஞர்களும் உருவாகியிருக்க முடியாது.

அலெக்சாண்டர் பெல் தொலைபேசியைக் கண்டுபிடிக்க ஆராய்ச்சிகளில் ஈடுபட்டிருந்தார். அவருடைய மாணவர்களுக்கு அவர் மேற்கொண்ட பரிசோதனை முயற்சிகள் அபத்தமாய் தெரிந்தன. அலெக்சாண்டர் கண்டுபிடித்தது தொலைபேசியை மட்டுமல்ல, தொலைபேசிக் கருவி மூலம் ஒரு தங்கச் சுரங்கத்தையும்தான்.

வெற்றிகொள்வதற்கான மனத்திண்மை உங்களிடம் இருந்தால், வாய்ப்புகளை நீங்கள் கண்டடைவீர்கள்.

உலக வரலாற்றில் முன் எப்போதும் இருந்திராத அளவிற்கு வாய்ப்புகள் இன்று பல்கிப் பெருகிக் கொண்டிருக்கின்றன. சரிவரப் பயன்படுத்திக் கொள்பவர்கள் பில்கேட்ஸ், வாரன் பஃபெட் மாதிரி டாலர்களை மலையாய் குவிக்க, லட்சக்கணக்கானவர்கள் (அதே துறையில் இருந்தும்) சில ஆயிரங்கள் மட்டுமே கொண்ட சம்பளக் கவருடன் வீடு திரும்புகிறார்கள்.

நீங்கள் கண்டறிகிற வாய்ப்புகளின் அளவைப் பொறுத்தே அவற்றால் கிடைக்கிற பலன்களும் இருக்கும்.

ஒரு நூற்றாண்டுக்கு முன் பத்து விதமான தொழில்கள் மட்டும் இருந்தனவென்றால், ஆயிரம் தொழில்கள் இன்றைக்கு.

'வாய்ப்புகளுக்கு அதிக முக்கியத்துவம்
கொடுக்கிற நாம், வாழ்க்கை குறித்து
தாழ்வான மனோபாவத்தையேக் கொண்டிருக்கிறோம்.'

நேரிய மனோபாவமும், நிறைய ஆர்வமும் இருந்தால்தான் வாய்ப்புகளை நாம் சரிவரப் பயன்படுத்திக் கொள்ள முடியும். வாழ்க்கையை சரியான முறையில் எதிர்கொள்ள வேண்டும் வெற்றி பெறுதற்கான நம்பிக்கையோடும், எதிர்பார்ப்புகளுடனும்.

அது யார் தவறு?

நீங்கள் போகிற பாதையில், வீதியின் திருப்பத்தில் உங்கள் ஊரின் பல்வேறு மூலைகளில் எடுப்பாகத் தெரியும்படி வாய்ப்புகள் காட்சியளிக்கின்றன. ஆனால், வாய்ப்புகளை நெருங்கும் போது தற்செயலாக உங்களுடைய கண்கள் மூடிக் கொள்கின்றன அல்லது மற்றவைகளைப் பார்த்தபடி, வாய்ப்புகளை மட்டும் பார்க்கத் தவறிவிடுகின்றன.

சரியாக மதிப்பிடுங்கள்

வரிக் குதிரை எப்போதுமே பக்கத்து மேய்ச்சல் நிலத்தில் உள்ள புல்லைப் பற்றித்தான் கற்பனை செய்து கொண்டிருக்குமாம். தான் மேய்கிற புல்லை விட அந்த நிலத்துப் புல்தான் மிகவும் பசுமையானது, சுவையானது என்ற எண்ணம். குழந்தைகளுக்குத் தங்களிடம் இருக்கும் பொம்மைகளில் சீக்கிரமே சலிப்புண்டாகிவிடும், தங்கள் விளையாட்டுத் தோழர்களின் பொம்மைகளின் மீதே அவை விருப்பம் கொள்ளும். நாம் வளர்ந்த குழந்தைகள். நம்மிடம் உள்ளவற்றை நாம் குறைத்து மதிப்பிடுவோம், மற்றவர்களிடம் இருப்பதை மிகைப்படுத்துவோம்.

அதுதான் மனித இயல்பு. நம்மில் பலரும் தங்களுடைய உடைமைகளை, வாழ்க்கை நிலைகளைக் குறைத்து மதிப்பிட்டு விடுகிறார்கள். அவர்களுடைய வளர்ச்சிக் குறைவிற்கும், மகிழ்ச்சியின்மைக்கும் அதுதான் காரணம்.

'வேலிக்கு அப்பால் இருக்கும் மேய்ச்சல்
நிலத்தை நாம் ஆவல் கலந்த ஏக்கத்துடன்
பார்த்துக் கொண்டிருக்கிறோம்.'

ரொம்பப் பேருக்குத் தாங்கள் செய்கிற தொழிலில் / வேலையில் முன்னேற அதிக வாய்ப்புகளில்லை என்கிற எண்ணம். பல்பொருள் அங்காடியில் விற்பனையாளராக வேலை பார்க்கிற பெண்ணுக்கு நடிகையாகிற விருப்பம், விவசாயிக்கு வியாபாரியாகிற ஆசை. தங்கள் வேலையை விட ஒரு வழக்கறிஞரின் வேலை எளிது என்று மருத்துவர் நினைக்கிறார். நாம் மருத்துவராகியிருந்தால் பணம் நிறைய சம்பாதிக்கலாமே என்று வழக்கறிஞர் நினைக்கிறார். எல்லோருக்குமே

தங்கள் பணியை விட அடுத்தவர் பணியில்தான் முன்னேற அதிக வாய்ப்பிருப்பதாக ஒரு நம்பிக்கை. மகிழ்ச்சியும், செல்வமும், வாய்ப்பும் தங்கள் கண்ணுக்கு எட்டாத தொலைவில் அல்லது கைக்கெட்டாத உயரத்தில் இருக்கும் அவர்களுக்கு தாங்கள் வறுமையில், துன்பத்தில் வாழ்வதாகவும், கடுமையாய் உழைக்க நேரிட்டிருப்பதாகவும் அவர்கள் கருதிக் கொள்வார்கள்.

தொலைதூர வாய்ப்பை விரும்பி, இருக்கிற வாய்ப்பை இழக்கிறவர்கள் தங்கள் நேரத்தை வீணடிக்கிறார்கள். தங்களுடைய வாழ்க்கையையும் அவர்கள் தொலைத்துவிடுகிற அபாயம் இருக்கிறது.

உங்களுக்குக் கிடைத்திருக்கும் வாய்ப்பிலேயே உங்களுடைய முழு ஆற்றலையும் நீங்கள் வெளிப்படுத்த முடியும். நீங்கள் இருக்கிற இடத்தையே நேர்த்தியாக்கி, உங்கள் வாழ்க்கையில் மணம் கமழச் செய்து கொள்ள முடியும்.

'இந்த ஊர் எனக்கு ஏற்றதல்ல' என்று உங்கள் சொந்த ஊரைப் பற்றி முடிவு கட்டி விடாதீர்கள். அங்குள்ள வாய்ப்புகளைக் குறைத்தும், உங்களிடமுள்ள ஆற்றல்களை கூடுதலாயும் மதிப்பிட்டு விடாதீர்கள்.

● எங்கும் எதிலும்

வாய்ப்புகள் எங்கும் இருக்கின்றன. நீங்கள் வாழ்கிற வீட்டிலும், வீட்டுக்கு வெளியேயும், நிற்கிற நிலத்திலும், நிலத்துக்குக் கீழேயும்.

'வனத்திலாகட்டும், மலையிலாகட்டும்
வானிலாகட்டும், கடலிலாகட்டும்
வாய்ப்புகளில்லாத இடமெது?'

பாலைவனத்தில் எண்ணெய் வளம், பாறைகளுக்கடியில் உலோக வளம்!

முன்னேற விரும்புகிறவர்கள் மிகச் சிறிய சந்தர்ப்பத்தையும் மிகப் பெரிய வாய்ப்பாக்கிக் கொண்டு விட முடியும்.

ஒரு புத்தகத்தில் இருந்து உங்கள் வாழ்வின் மகத்தான திருப்பத்தையும், ஒரு சொற்பொழிவில் இருந்து உங்களுக்குத் தேவையான உத்வேகத்தையும் நீங்கள் பெறக்கூடும்.

ஒன்றை நினைவில் கொள்ளுங்கள், எந்த வாய்ப்பும் வீணாவதில்லை. 'இது பைசா பெறாது' என்று நீங்கள் தூக்கியெறிந்த அல்லது அலட்சியப்படுத்திய வாய்ப்பை இன்னொருவர் பற்றிக் கொண்டு முன்னேறுவார். 'அடடா, நாம் தவறாகக் கணித்துவிட்டோமே' என்று அப்போது வருந்துவீர்கள்.

'வாய்ப்பை இகழ்கிறவர்
காலத்தால் இகழப்படுவார்.'

கவிஞனின் பார்வையில் ரோஜா கவிதையாகிறது. ரோஜாவைத் தன் காதலிக்குப் பரிசாகத் தருகிறான் இளைஞன் ஒருவன். கடவுளின் பாதங்களில் சமர்ப்பிக்கிறான் இன்னொருவன். தேனீக்கள் மலரில் இருந்து தேனெடுக்கும், அதே மலரில் இருந்து வாசனைத் திரவியம் தயாரிப்பவர்களும் உண்டு. ஒரே பூவில் வெவ்வேறு பயன்கள் தெரிகின்றன ஒவ்வொருவருக்கும். வாய்ப்புகளிலும் அப்படித்தான்.

மாவீரன் அலெக்சாண்டர் கூறுவான் 'வாய்ப்புகளை நானல்லவோ உருவாக்குகிறேன்' என்று. உண்மை. அவன் நாடுகளைத் தேடிச் சென்றானேயொழிய வாய்ப்புகளை அல்ல. தன் வெற்றிக்கான வாய்ப்புகளை தானே உருவாக்கிக் கொண்டான் அவன். மாவீரன் அலெக்சாண்டரின் நம்பிக்கையும், ஆற்றலும் உங்களிடம் மட்டும் இல்லையா என்ன? நீங்கள்தாம் அவற்றை அடையாளம் கண்டு பயன்படுத்த வேண்டும்.

❖ ❖ ❖

8. வாய்ப்புகளை உருவாக்கியவர்

'தாமஸ் ஆல்வா எடிசனுக்குப் பிறகு டாக்டர் கார்வர்தான் சிறந்த விஞ்ஞானி' என்று ஒரு சமயம் ஹென்றி ஃபோர்டு குறிப்பிட்டிருக்கிறார். ஃபோர்டு வியந்து பேசிய அந்த மனிதர் ஜார்ஜ் வாஷிங்டன் கார்வர் என்பவராவார்.

ஆஃப்ரோ-அமெரிக்கர்களின் வாழ்க்கை மேம்பாட்டுக்கு பாடுபட்ட இருவரில் ஒருவர் கார்வர். மற்றொருவர் புக்கர் டி. வாஷிங்டன் (அமெரிக்காவின் தந்தை என்று போற்றப்படுபவர் இன்னொரு வாஷிங்டன்).

வெள்ளையர்களின் நிறவெறிக் கொடுமையால் கறுப்பரினம் மிகக் கடுமையாகப் பாதிக்கப்பட்டிருந்த காலகட்டத்தில் ஜார்ஜ் வாஷிங்டன் கார்வர் பிறந்தார் (1864 ஜனவரி). மிஸோரியில் ஓர் அடிமையின் குடிசையில் அவர் பிறந்தார். ஆம், அவருடைய தந்தை ஓர் அடிமை. கார்வர் பிறப்பதற்கு முன்பே அவர் கொல்லப்பட்டார். தாய் மேரியும் ஓர் அடிமைப் பெண். மோசஸ் கார்வர் என்பவருடைய வீட்டில் வேலை பார்த்தாள்.

அந்த மனிதர் 700 டாலர் கொடுத்து விலைக்கு வாங்கிய பெண்தான் மேரி. அப்போது அவள் பதிமூன்று வயது சிறுமி. அப்போதெல்லாம் கறுப்பின மக்கள் அடிமைகளாய், மிருகங்களிலும் கேவலமாய் நடத்தப்பட்டனர். வெள்ளையர்கள் அவர்களை விலைக்கு வாங்கவும், விற்கவும் செய்தனர்.

கார்வர் பிறந்ததில் இருந்தே அடிக்கடி நோய்வாய்ப்பட்டார். அவர் ஆறு வாரக் குழந்தையாக இருந்தபோதே அவருடைய தாய் மேரியை ஒருவன் கடத்திச் சென்றுவிட்டான். அவள் வேறு யாருக்காவது விற்கப்பட்டாளா அல்லது இறந்து போனாளா என்பது பற்றி சரியான தகவல் இல்லை.

மோசஸ் கார்வரின் பராமரிப்பில் வளர்ந்தார் ஜார்ஜ் வாஷிங்டன் கார்வர். சிறுவன் கார்வர் நோயின் பிடியில் சிக்கியிருந்தார். திக்கிதிக்கிப் பேசினார். அவர் என்ன சொல்கிறார் என்பது யாருக்குமே புரியாது. அவர் எப்போதும் தனியாக இருந்தார், ஆனால் தனிமைத் துயரால் பாதிக்கப்படவில்லை. அந்த இளம் வயதிலும் அவர் தொடர்ந்து எதையாவது செய்து கொண்டேயிருப்பார்.

குதிரைகளுடனும், மரங்களுடனும், பூக்களுடனும் பேசிக் கொண்டிருப்பார். தம்முடைய வாழ்க்கையை விட ஒரு கோவேறு கழுதையின் வாழ்க்கை பரவாயில்லை என்று எண்ணிக் கொள்வார். வெள்ளையன் கொடுக்கிற அடி உதைகள் அந்தக் கோவேறு கழுதையின் உடம்பில்தான் விழும், ஆன்மாவில் அல்ல என்பது அவருடைய எண்ணம்.

சுய பச்சாதாபமும், தன்னிரக்கமும் அழிவுசக்திகள். நாம் அவற்றுக்கு ஆட்பட்டுவிடக் கூடாது. எல்லாவற்றையும் சகித்துக் கொண்டு நிமிர்ந்து நிற்க வேண்டும். அதுதான் வளர்ச்சிக்கும், வெற்றிக்கும் வகை செய்யும் என்று அவர் தனக்குள் சொல்லிக் கொள்வார்.

ஜார்ஜ் கார்வர் செடி கொடிகளை நேசித்தார். அவருடைய பராமரிப்பில் காய்ந்து சருகாகிக் கொண்டிருந்த செடி கொடிகளெல்லாம் பசுமையடைந்தன. தாவரங்கள், பூஞ்செடிகள் மத்தியில் வேலை செய்வதில் அவருக்கு ஆர்வம் அதிகம். அவர் உயிரினங்கள் பற்றியும், பொருள்கள் பற்றியும் அறிந்து கொள்ள விரும்பினார். அவருடைய அறிவுத் தாகம் அளவற்றதாயிருந்தது. தம் அறிவுத் தாகத்தைத் தணித்துக் கொள்ள உதவும் எந்தவொரு வாய்ப்பையும் அவர் பயன்படுத்திக் கொண்டார்.

வெள்ளையர் இனத்துச் சிறுவர்களைப் போல் அவரால் பள்ளிக்குச் செல்ல முடியவில்லை. ஆனால், தேவாலயத்தில் நடக்கும் ஞாயிற்றுக்கிழமை வகுப்புகளுக்கு மட்டும் அவர் அனுமதிக்கப்பட்டார். எதையும் கருத்தூன்றிக் கவனிப்பதும், கற்பதிலும் அக்கறை காட்டினார் அவர்.

வார்த்தைகளிலும், கருத்துகளிலும் மறைந்து கிடக்கும் புதிர்களை அவரால் ஓரளவே புரிந்துகொள்ள முடிந்தது. தனக்கு மூடப்பட்ட பள்ளிக்கூடத்தின் வாயில்களை அவர் ஏக்கமுடன் பார்த்தார். ஒரு நாள் நானே ஒரு பள்ளிக்கூடம் நடத்துவேன் என்று தனக்குத் தானே அறிவித்துக் கொண்டார்.

கார்வர் கல்வியின்பால் தீராத வேட்கை கொண்டிருந்தார். 'நாம் நிறையப் படிக்க வேண்டும், நம் இனத்தவருக்குக் கல்வியறிவை ஊட்ட வேண்டும்' என்பது அவருடைய விருப்பம்.

மோசஸ் கார்வரின் குடும்பத்தை விட்டு ஜார்ஜ் கார்வர் வெளியேறிய போது, அவருடைய வயது பத்து. ஆம், அந்த வயதிலேயே தன்னுடைய வாய்ப்புகளைத் தேடி வெற்றுக்காலுடன் நடந்தார் அவர்.

அடுத்த சில ஆண்டுகளில் வறுமைத் துன்பத்தை அவர் வெகுவாய் அனுபவித்தார். ஆனால் உண்மையும் நேர்மையும் உடையவராகவே இருந்தார். யாரையும் ஏமாற்றவோ, யாரிடமும் பொய் சொல்லவோ அவர் முயன்றதில்லை. அவருக்கு யாரும் சுயச்சார்பையும், உழைப்பையும் சொல்லித் தரவேண்டிய அவசியம் இருக்கவில்லை. வாழ்க்கைதான் அனைத்தையும் அவருக்குக் கற்பித்துக் கொண்டிருந்ததே.

'நான் அறிய விரும்புகிறேன்' என்கிற கூக்குரல் அவருக்குள் எப்போதுமே ஒலித்துக் கொண்டிருந்தது. அதன் இயல்பான விளைவாய் 'என்னால் முடியும்' என்கிற குரலும் ஒலித்தது. மற்றவர்கள் செய்கிற எதையும் தன்னால் செய்ய முடியும் என்று நம்பினார் அவர்.

ஒருவர் சம்பாதித்த பணத்தை வேண்டுமானால் இன்னொருவர் அபகரிக்க முடியும். ஒருவர் கற்ற கல்வியை யாரும் அபகரிக்க முடியாது' என்பது அவருடைய எண்ணம். தமக்கொரு சிறந்த எதிர்காலம்

இருப்பதாகவும், அதற்காகத் தன்னை தயார் செய்து கொள்ள வேண்டும் என்றும் தீர்மானித்தார் அவர்.

கொஞ்ச காலத்துக்கெல்லாம் அடிமைமுறை அகற்றப்பட்டுவிட்டதாய் மிஸோரி மாநில அரசு பிரகடனம் செய்தது.

தான் எப்படியாக வேண்டுமென்று அவர் விரும்பினாரோ அதற்கான காலம் கனிந்துவிட்டதாய் தோன்றியது. தம்மிடம் உள்ள மிகச் சிறந்தவைகளைப் பயன்படுத்தி தமது இனத்தைச் சேர்ந்தவர்களுக்கு உதவ விரும்பினார்.

மற்றவர்கள் தன்னை இழிவுபடுத்திய போது அவர் வருந்தியதில்லை, 'அவர்கள் புரியாமல் நடந்து கொள்கிறார்கள், அதைப் பொருட்படுத்த வேண்டாம்' என்று சொல்வார்.

'கடவுள் ஒரு முக்கியக் காரியத்தை என்னிடம் ஒப்படைத்து இருக்கிறார். அதை முடிக்க வேண்டுமென்றால் நான் ஆரோக்கியத்தில் கவனமாயிருக்க வேண்டும்' என்று தனக்குள் சொல்லிக் கொள்வார் அவர்.

தன்னைப் பற்றியும், மற்றவர்களைப் பற்றியும் அவர் விரும்பத்தக்க மனோபாவத்தைக் கொண்டிருந்தார்.

அது 1894-ஆம் ஆண்டு. அயோவா கல்லூரியில் விவசாயப் பாடத்தில் முதன்மையாகத் தேறினார் அவர்.

ஜார்ஜ் கார்வர், மற்றவர்களிடம் உள்ள சிறப்பியல்புகளையும் வெளிக் கொண்டுவர முயன்றார். எந்த வேலையையும் அவர் சரிவரச் செய்து முடிப்பார். 'ஜார்ஜின் வாக்குறுதியை பெற்றுக் கொண்டு ஒரு வேலையை அவரிடம் நாம் ஒப்படைத்துவிட்டால், கவலையில்லாமல் இருக்கலாம். அந்த வேலை முடிந்துவிட்டதாகவே கருதிக் கொள்ளலாம் என்பார்கள். அப்படியொரு நற்பெயரை அவர் ஏற்படுத்திக் கொண்டிருந்தார்.

சிறுவயதில் பல ஓவியங்களைப் பார்த்து அவர் வியந்திருக்கிறார், 'அந்த ஓவியர் கைகளால் வரைந்து வண்ணம் தீட்டியிருக்கிறார். இது என்னால் முடிகிறதுதான்' என்று சொல்லிக் கொள்வார். அவர் தானே வரையத் தொடங்கினார். கல்லிலும், தரையிலும், பலகையிலும் வரையக் கற்றார். வண்ணப்பூச்சுக்கு என்ன செய்ய? பழங்களில் இருந்தும், கிழங்குகளில் இருந்தும், கிளைகளில் இருந்தும், ஏன் வேர்களில் இருந்தும்கூட அவர் சாறெடுத்தார். சாயங்களைத் தயாரித்தார். அவற்றை வண்ணங்களாய் பயன்படுத்தினார்.

1896-இல் அவருடைய வாழ்வின் உண்மையான பணி தொடங்கியது. டஸ்ககி நகரத்து விவசாயத் துறை தலைவராக அவர் பணியமர்த்தப்பட்டார்.

ஜார்ஜ் வாஷிங்டன் கார்வர் நிலக்கடலையை வைத்து முந்நூறு பொருட்களைத் தயாரித்தார். சீனிக் கிழங்கில் இருந்து 118 உணவுப் பொருட்களை அவரால் தயாரிக்க முடிந்தது.

தண்ணீர், கொழுப்புகள், எண்ணெய்கள், பசைகள், மரப் பிசின்கள், ஸ்டார்ச், பெக்டோஸ் (Pectose) அமினோ அமிலங்கள் (Amino Acids) இவற்றின் கூறுகளை அவர் தனித்தனியே பிரித்தார். பிறகு அவற்றை பல்வேறு செய்முறைகளில் ஒன்று சேர்த்தார். அந்த அளவிற்கு வேதியலிலும், இயற்பியலிலும் தேர்ந்தவராயிருந்தார் அவர்.

விவசாயப் பண்ணைகளையெல்லாம் உணவுப் பொருட்களைத் தயாரிக்கும் தொழிற்சாலைகளாக மாற்ற முடியும் என்றார் அவர்.

கார்வர் நிலக்கடலையில் இருந்து பானங்கள், மாவு, காபி, சலவைத் தூள், உலோகங்களைப் பளிச்சிடச் செய்யும் பாலீஷ்', பெயின்ட் கறையகற்றி (Remover), ரணங்களை ஆற்றக்கூடிய எண்ணெய் (Salve), காகிதம், மை, ப்ளாஸ்டிக், ஷேவிங் க்ரீம், உரசித் தேய்க்கும் எண்ணெய், ஷாம்பு, செயற்கை ரப்பர், க்ரீஸ் (Grease), தரையை மூடும் மெழுகிட்ட துணிவகை (Linoleum) உள்ளிட்ட பல பொருட்களை அவர் தயாரித்துக் காட்டினார். பசுவின் பாலில் உள்ள அடிப்படைக் கூறுகள் அனைத்தும் நிலக்கடலைப் பாலில் இருப்பதை அவர் நிரூபித்தார். நிலக்கடலைப் பாலில் வெண்ணெய் எடுக்க முடியும் என்பதையும் பரிசோதனை மூலம் புரியவைத்தார்.

தோலுக்கான சாயங்கள், பழத்தில் இருந்து மதுபானம், முப்பது சாய வகைகள், குழந்தைகளுக்கு மசாஜ் ஆயில், முகத்துக்கான க்ரீம் போன்றவற்றையும் அவர் தயாரித்தார். கோதுமை மாவை விட நிலக்கடலை மாவு எட்டு மடங்கு கூடுதல் கொழுப்பை, நாலு மடங்கு புரதத்தைப் பெற்றிருப்பதாக நிரூபணங்களுடன் அவர் தெரிவித்தார். நிலக்கடலையில் இருந்து மருந்துகளும் தயாரித்தார். உருளைக்கிழங்கில் உள்ள அதே அளவு கார்போஹைட்ரேட் நிலக்கடலையிலும் இருப்பதை அவர் சுட்டிக் காட்டினார். 'டஸ்ககியின் வியக்கத்தக்க திறமைசாலி' என்ற பட்டம் அவருக்கு வழங்கப்பட்டது. அத்தகைய சிறப்புகளுக்கு முற்றிலும் தகுதியானவராகவே அவர் இருந்தார்.

அமெரிக்காவின் தெற்கு மாநிலங்களும், வடக்கு மாநிலங்களும் டாக்டர் கார்வரை சொற்பொழிவுகளுக்கு அழைத்தபடி இருந்தன.

டாக்டர் ஜார்ஜ் கார்வர் அமெரிக்காவின் மண் வளத்தை மேம்படுத்தினார். அமெரிக்கர்களின் மன வளத்தை மேம்படுத்த முயன்றார். ஆஃப்ரோ-அமெரிக்கர்களின் கல்வி மேம்பாட்டுக்குத் தன்னை அர்ப்பணித்துக் கொண்டார். எண்பது ஆண்டுகள் வாழ்ந்த கார்வர் பல அமெரிக்க அதிபர்களாலும், அரசியல் வல்லுநர்களாலும், கல்வியாளர்களாலும் போற்றப்பட்டார். ஒரு மோசமான தொடக்கத்தைக் கொண்ட அவருடைய வாழ்க்கை மிகச் சிறந்த முடிவைக் கண்டது.

❖ ❖ ❖

9. 'ரிஸ்க்' எடுக்கத் தயாராயிருங்கள்

'ஒரு சரியான வாய்ப்பு வரணும்னு காத்திருக்கேன்' மக்கள் இப்படிச் சொல்லக் கேட்டிருப்பீர்கள்.

ஒரு நாள் காலை, கண்விழித்ததும் உங்கள் வீட்டு வாசற்கதவைத் திறக்கிறீர்கள். வாசலில் உங்களுக்காக ஒரு வாய்ப்பு காத்திருந்தால் அப்படியே அசந்து போவீர்கள் இல்லையா ?

சில சமயங்களில் அது நடந்துவிடுகிறது.

பாப் ஹாஸ்கின்ஸ் என்பவர் வெஸ்ட் எண்ட் பகுதியில் (இலண்டன்) உள்ள ஒரு கலையரங்கில் நுழைந்தார். அங்கிருந்த மதுபானக் கடையில், தம்மைச் சந்திப்பதாகச் சொல்லியிருந்த நண்பனை எதிர்பார்த்துக் காத்திருந்தார். அப்போது ஓர் ஆசாமி அவரிடம் வந்து, 'நீங்கதான் அடுத்தாப்பல...' என்றார். ஹாஸ்கின்ஸ் ஒன்றும் புரியாமல் விழித்தார். கையில் இருந்த மதுக்கோப்பையை வாய்க்குக் கொண்டு செல்வதா, கீழே வைப்பதா என்று அவர் யோசித்துக் கொண்டிருக்க, அந்த மனிதரோ தொடர்ந்து பேசினார்,' நீங்க *ஆடிஷனுக்குத்தானே வந்திருக்கீங்க, இல்லையா ?' என்று. ஹாஸ்கின்ஸ் தாம் அங்கே வந்த காரணத்தைச் சொல்லாமல் இலேசாக புன்னகைத்தார். (*ஆடிஷன் (Audition) என்பது நடிகர் அல்லது பாடகரின் திறமை, குரல்தன்மை இவற்றைக் கண்டறியும் சோதனை)

அவர் மேடையேறி நடித்துக் காட்டினார். அவருடைய நடிப்புத் திறமை தயாரிப்பாளர்களைப் பெரிதும் ஈர்த்தது. அவருக்கு நாடகத்தில் முக்கியப் பாத்திரம் வழங்கப்பட்டது. இப்படித்தான் அவருடைய நடிப்புத் துறைப் பிரவேசம் நடந்தது, அவர் புகழ் பெற்றார்.

இதனை நல்வாய்ப்பு என்பதா ? நல்லதிர்ஷ்டம் என்பதா ? ஒருவர் சரியான இடத்தில், சரியான நேரத்தில் இருக்க முடிந்த நிலை என்று சொல்வதா ? உண்மையில் இப்படியெல்லாம் நிகழவேச் செய்கின்றன. அரிதாக, முற்றிலும் எதிர்பாராத விதமாய் இப்படி நடந்து விடுவதுண்டு. சரியான இடமும், நேரமும் வரட்டும் என்று ஒருவர் காத்திருப்பதில் அர்த்தமில்லை. அவர்தான் அந்த இடத்தையும், நேரத்தையும் கண்டுபிடிக்க வேண்டும்.

'உங்களுக்கு எது தகுதியானது என்பதை
நீங்கள் அறிவீர்கள்தானே!'

இப்போதே இங்கிருந்தே

ஒரு சொலவடை உண்டு. 'நல்ல நேரம் வரணுமா என்ன, இப்போதே நல்ல நேரம்தான்' என்பதாய்.

ரொம்பப் பேரைப் பொறுத்தவரை வாய்ப்புதான் உலகிலேயே அதிகம் சிக்காமல் நழுவிச் செல்வது. உண்மை, அது அத்தனை சுளுவில் கைக்கு அகப்படாதுதான். எனினும் அது இல்லாத இடமே இல்லை. அது எங்கும் நிறைந்திருக்கிறது. ஆனால் தன் தோற்றத்தை மறைத்துக் கொண்டிருப்பதால் பெரும்பாலும் பிடிபடாது.

வாய்ப்பு பளிச்சென்று கண்ணில்பட்டால் என்ன யாராவது அதைத் தட்டில் வைத்துக் கொடுக்கக் கூடாதோ என்பதுதான் ரொம்பப் பேரின் எதிர்பார்ப்பும், விருப்பமும்.

'வாய்ப்புகள் ஒரு கோடி – ஆனால்
அதைக் காண்பவர்களோ அதில் பாதிகூட இல்லை.'

என்பார் தாமஸ் ஆல்வா எடிசன். மக்களுக்கு எதுவும் சவுகரியமாகக் கிடைக்க வேண்டும். கிடைப்பதில் சிரமம் இருக்கக் கூடாது. எல்லாம் நிச்சயமாகவும், பாதுகாப்பாகவும் இருக்க வேண்டும். எதுவும் மகிழ்ச்சியற்றதாகவோ இடர்மிக்கதாகவோ (Risky) இருந்துவிடக் கூடாது. அவர்கள் 'ரிஸ்க்' எடுக்கத் தயாரில்லை, தோற்பதையும் விரும்புவதில்லை.

வாய்ப்பு என்பது பரிசுப் பொருளல்ல, வாங்கிக் கொண்டு போய் ஷோகேஸில் வைத்துக் கொள்வதற்கு. வாய்ப்பு என்றாலே அது குறித்து முடிவெடுக்கிற அவசியமும் இருக்கும்.

வாய்ப்பை உதறுவதா இறுகப் பற்றிக் கொள்வதா ? பற்றிக் கொண்ட வாய்ப்பின் பேரில் செயல்படுவதா ? செயல்படும் நிலையில் அபாயங்களைத் துணிந்து ஏற்பதா ? என்பவற்றைச் சிந்தித்து முடிவெடுக்க வேண்டும்.

ஒரு பெண் பிரசவ காலத்தில் கடுமையான வலியை அனுபவிப்பாள். ஆனால் குழந்தை பிறந்ததுமே அந்த வலி மறைந்து, மகிழ்ச்சி கொள்வாள்.

'சுகப்பட விரும்புகிறவர்
வலிகளை அனுபவித்தாக வேண்டும்'
இது வாழ்க்கையின் விதி, இயற்கையின் நியதி.

உள்ளேயும், வெளியேயும்

உலகெங்கும் நீங்கள் தேடியலைகிற பொன்னான வாய்ப்பு உங்களுக்குள்ளேயே இருக்கிறது என்பார் ஆரிஸன் ஸ்வெட் மார்டன் (நம்பிக்கை எழுத்தாளர்). ஆம், அது சுற்றுப்புறத்தில் இல்லை, அதிர்ஷ்டத்திலோ, சந்தர்ப்பத்திலோ அல்லது அடுத்தவர் செய்கிற உபகாரத்திலோ இல்லை. அது உங்களுக்குள் மட்டுமே இருக்கிறது.

வாய்ப்பு என்பது இந்தக் கணத்தில் உங்களுக்குள்தான் இருக்கிறது. ஆனால் உங்கள் கண்ணில்படாமல், உங்களால் கண்டு கொள்ளப்படாமல்.

வாய்ப்பு வந்து கதவுகளைத் தட்டாது. அது கதவுகளின் பின்னே மறைந்திருக்கும். நீங்கள் தட்டுகிற ஒலிக்காகக் காத்திருக்காமல், கதவுகளைத் திறந்து பாருங்கள். குறிப்பிட்டுச் சொல்வதெனில், 'அந்த விளம்பரத்துக்குப் பதில் கொடுங்கள், தொலைபேசி அழைப்பை மேற்கொள்ளுங்கள். வாடிக்கையாளராகக் கூடியவரைச் சென்று பாருங்கள், அந்த வேலைக்கு விண்ணப்பியுங்கள். அந்தக் கடிதத்தை எழுதுங்கள்' எனலாம். அந்தப் பயிற்சியில் கலந்து கொள்ளுங்கள், அந்தப் பந்தயத்தில் பங்கேற்றிடுங்கள் அல்லது நீங்கள் விரும்புவது எதுவாயினும் அதை எவரிடமாயினும் கேட்டுக் கொள்ளுங்கள் எனலாம்.

'ஒவ்வொரு பறவைக்குமான உணவை
இறைவன் வைத்திருக்கிறார். ஆனால் பறவையின்
கூட்டுக்குள் அதனைக் கொண்டு வைப்பதில்லை.'

ராபர்ட் ஷூல்லர் (எழுத்தாளர், மதகுரு) ஒரு தேவாலயம் கட்ட விரும்பினார். அதற்கு நிறையப் பணம் தேவைப்பட்டது. அந்தப் பணத்தைத் திரட்டுவதற்கு ஒரு திட்டம் தீட்டினார் அவர். தேவாலயத்தில் நூற்றுக்கணக்கான சன்னல்களை வைப்பது, ஒவ்வொரு சன்னலுக்கும் நன்கொடை வழங்குகிறவர்கள் குறிப்பிட்ட தொகையைக் கொடுத்து தங்கள் பெயரை அதில் பொறித்துக் கொள்ளலாம் என்பதுதான் அது.

அந்தத் திட்டம் நல்ல பலனளித்தது. தேவாலயம் அவருடைய விருப்பம் போலவே நேர்த்தியாகக் கட்டி முடிக்கப்பட்டது. கட்டுமான செலவ 15 மில்லியன் டாலர்கள் ! (ஒரு சன்னலுக்கு நன்கொடை 500 டாலர்)

'வாய்ப்புகள் நமது சிந்தனையில் இருந்தே பிறக்கின்றன' என்பார் ஷூல்லர். சாத்தியங்களைச் சிந்திப்பதன் மூலம் தகுதியான வாய்ப்புகளை அவர் கண்டறிந்தார்.

'சாத்தியங்களைச் சிந்தித்தல்' என்பது ஒன்றும் கடினமான வேலையல்ல. ஒரு காகிதத்தைக் கையில் எடுத்துக் கொள்ளுங்கள். உங்கள் நோக்கம் அல்லது குறிக்கோளை அடைவதற்கான சாத்தியங்களை (Possibilities) அந்தக் காகிதத்தில் பட்டியலிடுங்கள். ஒரு பத்து யோசனைகளை வரிசையாக எழுதிக் கொள்ளுங்கள். பத்து யோசனைகளும் பத்து வாய்ப்புகள் ! எது சிறந்ததோ அதை இறுகப் பற்றிக் கொண்டு செயலில் இறங்குங்கள்.

நீங்கள் வயலில் மஞ்சள் சாகுபடி செய்திருக்கிறீர்கள். உரிய காலத்தில் அறுவடை செய்ய வேண்டும். மஞ்சள்கிழங்கு தானாக வெளியே வராது. நீங்கள்தாம் மண்ணில் இருந்து தோண்டியெடுத்தாக வேண்டும்.

வாய்ப்புகள் உங்களைச் சுற்றிக் காத்திருக்கின்றன மஞ்சள் கிழங்குகளாய். பலனடைய விரும்பினால் காத்திருக்க முடியாது. உடனே செயல்பட்டாக வேண்டும்.

நெப்போலியன் ஹில் தன்னுடைய நூலில் (Think and Grow Rich) இப்படிக் குறிப்பிடுகிறார் 'காத்திருக்க வேண்டியதில்லை. காலம் எப்போதும் ஒரே மாதிரி இருக்காது. தற்போது நிற்கிற இடத்தில் இருந்தே செயல்படத் தொடங்கி விடுங்கள்' என்று. அவர் மேலும் கூறுவார், நீங்கள் முன்தின நாளைக்கு முதல்நாளே செய்து முடித்திருக்க வேண்டியதை நாளைக்கு மறுநாள் பார்த்துக் கொள்ளலாம் என்று தள்ளிப் போடாதீர்கள்' எனவும்.

துணிந்து செயல்படுதல்

சரி, மனிதர்கள் ஏன் அடிக்கடி செயல் தாமதம் செய்கிறார்கள்? ஒரு முடிவெடுப்பதிலோ, செயலில் இறங்குவதிலோ அவர்கள் எதற்காகத் தயக்கம் காட்டுவது? காரணம், 'ரிஸ்க்' எடுக்கவேண்டியிருக்குமே என்பதுதான். நாம் எதுவும் செய்யாமல் இருந்து விட்டால் எல்லாமும் தானே சரியாகி விடும் என்கிற எண்ணம். 'ரிஸ்க்' எடுப்பதைவிட தள்ளிப் போடுவது எளிதாய் தெரிகிறது அவர்களுக்கு.

சர். ரிச்சர்டு பிரான்ஸன் உலக மகா கோடீஸ்வரப் பட்டியலில் இடம் பெற்றவர், மிகப் பெரிய தொழிலதிபர். வர்ஜீனியா குழுமம் விமான நிறுவனம், கணினித் தொழில் என்று பலவற்றை உள்ளடக்கியது. பிரான்ஸனின் திறமை வழக்கத்துக்கு மாறானது. நம்ப முடியாத சாமர்த்தியம் கொண்டவர் அவர். சரியான வாய்ப்புகளை எளிதாய் கண்டறிவதிலும், கைப்பற்றுவதிலும் அவர் வல்லவர்.

வெற்றி பெற வேண்டும் என்றால் பந்தயத்தில் இடம் பெற வேண்டும் என்பதை அவர் அறிவார். பிரான்ஸனின் தன் வரலாற்றை (Losing My Virginity) படித்தீர்களானால் தெரியும், அவர் தொடர்ந்து அபாய நிலைகளுக்கு உட்படுத்திக் கொண்டு தீரச் செயல்களைச் செய்தார் என்பது. 1984-இல் அவர் தொடங்கிய 'வர்ஜின் அட்லாண்டிக்' விமான நிறுவனத்தையே அதற்கு உதாரணமாய் சொல்லலாம்.

அப்போது லேகர் ஏர்லைன்ஸ் என்கிற பிரிட்டிஷ் விமான நிறுவனம் வீழ்ச்சியை சந்தித்துக் கொண்டிருந்தது. ஊடகங்கள் அதை முக்கியச் செய்தியாக வெளியிட்டன. வியாபாரச் சந்தையிலும் பொதுமக்கள் மத்தியிலும் அந்நிறுவன வீழ்ச்சி ஒரு பரபரப்பை ஏற்படுத்தியிருந்தது. அந்நிலையில் பிரான்ஸன் விமான நிறுவனம் தொடங்க முற்பட்டது யாருக்குமே சரியாகப்படவில்லை. மனிதருக்கு மூளை பிசகிவிட்டதோ என்று பேசிக் கொண்டனர்.

ரிச்சர்டு பிரான்ஸன் அதைப் பற்றிக் கவலைப்படவில்லை. அவர் லேகர் (Laker) நிறுவனத்தின் தோல்விக்கான காரணங்களை ஆராய்ந்தார்.

திரும்பவும் அத்தகைய தவறுகள் ஏற்படாமல் தடுப்பது எப்படி என்று சிந்தித்தார். பயணக் கட்டணத்தில் சலுகை அறிவித்தார். லேகர் நிறுவனத்தைப் பொறுத்தவரை பெரிய நிறுவனங்களுடன் போட்டியிடும் நிலையில் அது இருந்திருக்கவில்லை. கட்டணச் சலுகை அளிக்கும் அளவிற்கு போதிய நிதி வசதி இல்லாமல் அது தள்ளாடிக் கொண்டிருந்தது.

பிரான்ஸன் தம்முடைய விமானங்களில் கட்டண விகிதங்களை மாற்றியமைத்தார். பிசினஸ் க்ளாஸ், எகானமி க்ளாஸ் இவற்றின் தரத்தை மேம்படுத்தினார். பயணிகளைப் போலவே சரக்குகளையும் அதிக அளவில் ஏற்றிச் செல்லக் கூடிய பெரிய விமானங்களை அவர் வாங்கினார். பயணிகளுக்கு உயர்தரமான சேவையை வழங்குவதன் மூலம் அவருடைய நிறுவனத்திற்கென்றே ஒரு வாடிக்கையாளர் தொகுதி உருவாயிற்று.

வெற்றியாளர்கள் எல்லாரையும் போலவே ரிச்சர்டு பிரான்ஸனும் வாய்ப்புகளைக் கண்டறிந்தார், கைப்பற்றினார். என்ன ஒரு வித்தியாசம் தன்னை அபாய நிலைகளுக்கு உட்படுத்திக் கொள்ள அவர் தயங்கியதே இல்லை. தோற்கக் கூடிய நிலைகளை அவர் வெகுவாய் குறைத்து விடுவார். பிரான்ஸனின் கோட்பாடு நாம் எல்லாருமே பின்பற்றத்தக்கதாகும்.

பிரான்ஸனைப் போல் தன்னை ஆபத்தான நிலைகளுக்கு உட்படுத்திக் கொள்ளத் துணியாதவர்கள் இருந்த இடத்திலேயே இருக்க வேண்டியதுதான். எல்லா வாய்ப்புகளிலும் ரிஸ்க் (Risk) இருக்கவே செய்யும். அவையிரண்டும் கைகோர்த்துச் செல்பவை. அதே சமயம் நாம் இன்னொன்றையும் கவனத்தில் கொள்ள வேண்டும், 'எல்லா வாய்ப்புகளிலும் பெறுமானமுள்ள ஏதோ ஒன்று இருக்கவேச் செய்யும்.'

'ரிஸ்க்' எடுப்பதா வேண்டாமா என்பது குறித்து உருவகக் கதையொன்று: பண்ணை நிலத்தில் பக்கம் பக்கமாய் ஊன்றப்பட்ட விதைகள் இரண்டு. ஒரு விதை தான் பெரிதாக வளர வேண்டும், வலுவாக இருக்க வேண்டும், தன்னுடைய பழங்களின் மூலம் நிறைய விதைகளை உற்பத்தி செய்ய வேண்டும் என்று விரும்பியது. எனவே, அது மண்ணின் அடியாழத்துக்குத் தன்னுடைய வேர்களை ஓட விட்டது. அதன் மூலம் தனக்குத் தேவையான நீரையும், ஊட்டச் சத்துக்களையும் அது எளிதாய் பெற முடிந்தது. அது முளையாகி, செடியாகி வளர்ச்சியில் தன்னை நிலைப்படுத்திக் கொண்டது. விரைவிலேயே அது பெரிய மரமானது. அதன் கிளைகள் வானோக்கி வளர்ந்தன. சூரியக் கதிர்களின் அன்பான அரவணைப்பை தன் இலைகளின் மூலம் அது உணர்ந்தது. பலரும் விரும்பி உண்ணும்படியாய் சுவைமிக்க கனிகளை அந்த மரம் வழங்கியது.

முதல் விதை அழகான மரமாக வளர்ந்ததென்றால் அதன் உயர்ந்த நோக்கங்களே அதற்குக் காரணம்.

தற்போது இரண்டாவது விதையின் நிலையைப் பார்ப்போம். அந்தச் சின்னஞ்சிறு விதையும் அதே விருப்பங்களைக் கொண்டிருந்தது. எனினும்,

ஓர் அச்ச உணர்வால் அது அலைக்கழிக்கப்பட்டது. மண்ணுக்குள் ரொம்பவும் குளிர்ச்சியாக, இருட்டாக இருப்பதாய் அது அஞ்சியது. மண்ணுக்கடியில் விரும்பத்தக்கதாகவோ தன்னை வரவேற்றுக் கொள்கிற விதமாகவோ எதுவும் இல்லை என்பது அதன் எண்ணம். 'நான் மண்ணுக்குள் வேர்விட்டால் பாறைகளுக்கிடையே நெருக்கப்படுவேன், மண்புழுக்களை எப்படி சமாளிப்பேன்' என்று அஞ்சியது. மண்ணுக்கு மேலே மட்டும் என்ன வாழ்கிறது, தான் விடும் தளிர் இலைகளை சூரிய வெப்பம் சுட்டுப் பொசுக்கி விடாதோ என்று அது கவலைப்பட்டது. ஆக, ரொம்ப ஆபத்தான நிலையில் அல்லவா நாம் இருக்கிறோம் என்று அது கருதிக் கொண்டது.

அப்படியிப்படி கைகால்களை நீட்டாமல் விதை நிலையில் இருந்து விடுவதே பாதுகாப்பு என்று அது நினைத்தது. அதன் துரதிருஷ்டமோ என்னவோ, பண்ணைக் கோழியொன்று மண்ணைக் சீய்த்து அந்த விதையைக் கண்டெடுத்தது, உடனே தின்று தீர்த்தது.

இந்தக் கதையின் நீதி இதுதான் - யார் 'ரிஸ்க்' எடுக்கத் தயங்குகிறார்களோ அவர்கள் 'ஏன்'களாலும், கவலைகளாலும் விழுங்கப்பட்டு விடுவார்கள்.

'துணிந்து செயல்படாமல் நீங்கள்
எதையும் பெற முடியாது.'

கொஞ்சம் எண்ணிப்பாருங்கள். ஆபத்து எங்கே இல்லை, எதிலே இல்லை? ஒவ்வொரு சாலையிலும், ஒவ்வொரு வாகனத்திலும் உயிராபத்தை உண்டு பண்ணக்கூடியவைகள் இருக்கின்றன. அதற்காக, பயணங்களை யாரும் தவிர்த்து விடுகிறோமா என்ன? ஆண்டுதோறும் ஆயிரக்கணக்கில் விபத்துகள் நடக்கின்றன, நூற்றுக்கணக்கான உயிரிழப்புகள் ஏற்படுகின்றன. எனினும் சாலைகள் உயிரற்றுக் கிடக்கவில்லை. வாகனங்கள் முடங்கிவிடவில்லை. தொடர்ந்து இயங்கிக் கொண்டுதானே இருக்கிறோம்.

நீங்கள் உண்மையிலேயே வாழ விரும்பினால், ரிஸ்க் எடுப்பதற்கு தயாராகிவிட வேண்டியதுதான்.

'ஆபத்து நிலைகளுக்குத் தன்னை
உட்படுத்திக் கொள்ளாமல் இருப்பதுதான்
உண்மையில் பேராபத்து.'

துணிந்து செயல்படாதவர்கள் அடையக்கூடியது எதுவும் இல்லை. நீங்கள் துன்பத்தையும் கவலைப்படும் நிலைகளையும் தவிர்க்கலாம். ஆனால் எதையும், கற்கவோ உணரவோ முடியாத நிலைக்குத் தள்ளப்படுவீர்கள். மாற்றம், வளர்ச்சி என்பதெல்லாம் உங்களுக்கு எட்டாக் கனிகளாகி விடும்.

இடையூறுகளை எதிர்கொள்ளத் தயங்குகிறவர் நிச்சயமற்ற வாழ்க்கை வாழ்கிறவர். ஓர் அடிமையின் நிலைதான் அவருடையது.

வாய்ப்புகள் கொட்டிக் கிடக்கின்றன நம்மைச் சுற்றி. நமக்குப் பொருத்தமானதை நாம்தான் தேடியடைய வேண்டும்.

நாம் வாய்ப்புகளுக்காகக் காத்திருக்கிறோம். வாய்ப்புகளும் நமக்காகக் காத்திருக்கின்றன. ஆனால் வளர விரும்புகிறவர் காத்திருப்பு நிலையைத் தொடர முடியாது. உடனே ரிஸ்க் எடுத்து செயல்பட்டாக வேண்டும்.

❖ ❖ ❖

10. தோல்விகளை வாய்ப்புகளாக மாற்றியவர் ...

அமெரிக்கத் தொழில் உலக வரலாற்றிலேயே ஹென்றி ஃபோர்டின் போக்கு நம்ப முடியாத ஒன்று. நாற்பது வயதில் காலடி வைத்த போது மனிதர் இரண்டுக்கும் மேற்பட்ட தோல்விகளைச் சந்தித்திருந்தார். தொழில் சார்ந்த வகையில் அவர் நொறுங்கிப் போய்விட்டதாகவே அவருடைய எதிரிகள் எண்ணிக் கொண்டனர்.

ஃபோர்டின் அண்டை அயலாரைப் பொறுத்தவரை அவர் பகல் கனவு காண்கிற ஒரு 'மெக்கானிக்'.

பத்தே ஆண்டுகளில் எல்லாம் மாறிப்போனது. ஃபோர்டு மோட்டார் நிறுவனம் உலகிலேயே புகழ் பெற்ற கார் தயாரிப்பு நிறுவனமானது. ஃபோர்டு பெரும் பணக்காரராகிவிட்டார்.

அமெரிக்க மிக்சிகன் மாநிலத்தில் டெட்ராய்ட் நகருக்குப் பக்கத்தில் உள்ள ஒரு பண்ணை வீட்டில் பிறந்தார் (1863) ஹென்றி ஃபோர்டு. பன்னிரண்டு வயது வரை தமக்குப் பிடித்தமில்லாத பண்ணை வேலைகளை அவர் செய்ய வேண்டியிருந்தது. உண்மையில் அவருக்கு இயந்திர நுட்பங்களில்தான் ஆர்வம் அதிகம்.

தம்முடைய பதினாறாவது வயதில் வீட்டைவிட்டு வெளியேறிய ஃபோர்டு டெட்ராய்ட் சென்றார். கையில் பைசா இல்லாமல் அலைந்தவர் நீராவி எஞ்சின்களைப் பழுது பார்க்கிற மெக்கானிக் வேலை. இரவில் வாட்சுகளை ரிப்பேர் செய்கிற வேலை. சிறுவயதிலேயே தந்தையின் கைக்கடிகாரத்தை தனித்தனியாகப் பிரித்து மீண்டும் ஒன்று சேர்த்து பழகியிருந்தார். இரண்டு வேலைகளிலும் மொத்தம் நான்கரை டாலர்கள் கிடைத்தது வார ஊதியமாக. வாரம் எண்பது மணி நேரம் வேலை செய்து நான்கரை டாலர்கள்!

தம்முடைய பதினேழு வயதில் அவர் ஒரு முழுமையான மெக்கானிக்காகி விட்டார். தொழிலில் கைத்திறன் பெற்றவரானார்.

இருபத்தியிரண்டு வயதான போது ஒரு கம்பஷன் (Combustion) எஞ்சினை பழுது பார்க்கும் போது ஏன் இதனைப் பொருத்தி மக்கள் சவாரி செய்யக்கூடிய ஒரு வாகனத்தை உருவாக்கக் கூடாது என்ற கேள்வி எழுந்தது அவருக்குள். தம்முடைய தந்தையுடன் தாம் பதிமூன்று வயது சிறுவனாயிருந்த போது பக்கத்து நகருக்குச் சென்றிருந்தார் அவர். அங்கே நீராவியில் ஓடும் ரயில் வண்டியைக் கண்டார். அப்போதே சாலையில் ஓடக்கூடிய ஒரு வண்டியை நாம் உருவாக்க வேண்டும் என்கிற எண்ணம் கொண்டார். அந்த எண்ணம் அவருக்குள் ஒரு தீயாய் எப்போதுமே கனன்று கொண்டிருந்தது.

அமெரிக்காவிலும் ஐரோப்பாவிலும் ஹென்றி ஃபோர்டின் அதே சிந்தனையுடன் சிலர் 'குதிரையில்லாத வண்டி'யைத் தயாரிக்கும் முயற்சியில் ஈடுபட்டிருந்தனர். ஆனால் ஃபோர்டு வியாபார நோக்குடன் அத்தகைய வண்டியை உருவாக்க விரும்பினார். சராசரி மனிதனும் வாங்கக்கூடிய மலிவான விலையில் கார்கள் தயாரிக்க வேண்டும்.

டெட்ராய்ட் நகரில் பல வருடங்களைக் கழித்த பின் தம்முடைய தந்தையின் பண்ணைக்குத் திரும்பினார் ஃபோர்டு. அங்கே தந்தை தமக்கு ஒதுக்கித் தந்திருந்த நாற்பது ஏக்கர் நிலத்தில் மரங்களை வெட்டும் வேலை செய்தார். ஓய்வு நேரத்தில் அண்டை அயலாரின் விவசாயக் கருவிகளைப் பழுது பார்த்துத் தந்தார். பெரிதும் முயன்று ஒரு டிராக்டரை அவர் உருவாக்கினார். அது சிலிண்டர் நீராவி எஞ்சின் பொருத்தியது. ஆனால் இலகுவான கொதிகலனை உருவாக்க அவரால் முடியாமல் போனது.

கனற்சி எந்திரம் (Combustion engine) பற்றி அறிந்து கொள்ள அப்போது வந்து கொண்டிருந்த அறிவியல் இதழ்களை வாங்கிப் படித்தார். எப்படியும் பெட்ரோலில் இயங்கக்கூடிய ஓர் எஞ்சினை தாமே தயாரிக்க முடியும் அதைக் கொண்டு முன்னோக்கி செல்லக்கூடிய வாகனத்தைச் செலுத்த முடியும் என்று அவர் நம்பினார்.

க்ளாரா ப்ரையன்ட் என்கிற பெண்ணை 1889-இல் மணந்து கொண்டார். திரும்பவும் டெட்ராய்ட் நகருக்குச் சென்று வேலை பார்த்தார். டெட்ராய்ட் எடிசன் கம்பெனியில் பொறியாளராகவும், பொறிவினைஞராகவும் (Mechanic) வேலை.

வீட்டின் புழக்கடைப் பக்கம் தமக்கென்று ஒரு பட்டறை அமைத்துக் கொண்டு தம்முடைய கனவுக் காரை அவர் உருவாக்கத் தொடங்கினார். 1896 ஜூன் 4-ஆம் நாள் ஃபோர்டு தயாரித்த முதல் கார் சாலையில் ஓடியது. டெட்ராய்ட் நகரைச் சுற்றி ஆயிரம் மைல்கள் வரை அந்தக் காரை ஓட்டிப் பார்த்தார். அந்தக் காரை 200 டாலர்களுக்கு விற்றார். அந்தச் சமயம் எடிசன் நிறுவனத்தில் மாதம் 125 டாலர் ஊதியம் பெறும் தலைமைப் பொறியாளரானார் அவர். கார் தொடர்பான ஆராய்ச்சிகளை அவர் தொடர்ந்து மேற்கொண்டார். அதற்கான செலவுகளுக்கு இரவுப் பள்ளி நடத்தி பணம் சேர்த்தார். பெட்ரோல் எஞ்சின் பொருத்திய காரை உருவாக்கும் முயற்சியில் பணம் செலவாயிற்று. அந்த முயற்சியில் தம்முடைய முதலாளிகளுக்கும் ஆர்வத்தை ஏற்படுத்த முயன்றார். ஆனால், பெட்ரோல் எஞ்சினை உருவாக்குவது நடைமுறை சாத்தியமற்றது என்று அவர்கள் கூறி விட்டனர்.

1896-ஆம் ஆண்டிலேயே ஃபோர்டு எடிசனைச் சந்தித்து பெட்ரோல் எஞ்சின் குறித்து விவாதித்தார். 'அதிக குதிரைத் திறன் கொண்ட இலகுவான எடையுடைய எஞ்சின்களுக்கு நல்ல எதிர்காலம் உண்டு' என்றார் எடிசன்.

1899-இல் எடிசன் நிறுவனத்தை விட்டு ஃபோர்டு வெளியேறினார். காரணம், அங்கே தொடர்ந்து வேலை பார்ப்பதாயின் பெட்ரோல் எஞ்சின் ஆராய்ச்சியை அவர் மூட்டை கட்டி வைத்துவிட வேண்டும் என்று அவர்கள் நிபந்தனை விதித்ததுதான். ஃபோர்டு அந்த நிபந்தனையை ஏற்க மறுத்தார். 'இனி நாமே சொந்தமாக தொழில் தொடங்குவது' என்று அவர் தீர்மானித்தார். மோட்டார் தயாரிப்பு நிறுவனமொன்றை அவர் தொடங்கினார். அதற்கான நிதியை தமது ஆதரவாளர்கள் சிலரிடமிருந்து பெற்றார். அந்த நிறுவனம் இருபத்தி ஐந்து கார்களை தயாரித்ததோடு சரி. தொடர்ந்து தாக்குப்பிடிக்க முடியாமல் தோற்றது.

1901-இல் மறுபடியும் ஒரு தொழிற்சாலையைத் தொடங்கினார். நிறுவனத்தில் ஆறில் ஒரு பங்கு அவருடையது. ஏனோ அவருக்கும் அவருடைய ஆதரவாளர்களுக்கும் இடையே கருத்து வேறுபாடு ஏற்பட்டது. கார் தயாரிப்பு நிறுவனம் வெற்றிகரமாக இயங்க வேண்டுமானால், தாம் நிறைய கார்களை உற்பத்தி செய்தாக வேண்டும் என்று அவர் எதிர்பார்த்தார். கார் என்றாலே பணக்காரர்கள் மட்டுமே பயன்படுத்தக்கூடிய ஒரு சொகுசுப் பொருள் என்று அவருடைய ஆதரவாளர்கள் கருதினர். எனவே ஃபோர்டு வெளியேறினார்.

1902-இல் ஃபோர்டு ஒரு தொழிற்கூடத்தை' வாடகைக்கு எடுத்து, பெட்ரோல் எஞ்சின் பொருத்திய காரை உருவாக்கும் முயற்சியைத் தொடர்ந்தார். அந்தக் கட்டத்தில் இரண்டு பந்தயக் கார்களை (999 மற்றும் ஏரோ) அவர் உருவாக்கினார். இரண்டு கார்களுமே பந்தயங்களில் வெற்றி பெற்றன. ஃபோர்டு புகழ் பெற்றார்.

தம்முடைய நாற்பது வயதில் இரண்டு பெரிய தோல்விகளை அவர் சந்தித்திருந்தார். ஆனாலும் அவர், 'தோல்வி என்பது நாம் மேலும் அறிவுத் திறனோடு புதியவற்றை தொடங்குவதற்கான வாய்ப்பு' என்று கூறினார்.

1903-இல் ஃபோர்டு தமது மூன்றாவது நிறுவனத்தைத் தொடங்கினார். இம்முறை ஃபோர்டு 25.5 சதவீத பங்குதாரராகவும், மால்கம்ஸன் என்கிற நிலக்கரி வியாபாரி 25.5 சதவீத பங்குதாரராகவும் மீதமுள்ள 49 சதவீதப் பங்குகளை பத்து முதலீட்டாளர்கள் பகிர்ந்து கொள்வது என்றும் ஏற்பாடாயிற்று.

நிறுவனம் தொடங்கிய முதல் வாரத்தில் இருந்தே அமோக வெற்றி. 1904-இல் 1745 கார்களைத் தயாரித்து விற்றார் ஃபோர்டு. தொடக்கத்தில் இருந்தே மற்ற பங்குதாரர்களின் பங்குகளை வாங்குவதில் அவர் முனைப்பாயிருந்தார். 1906-இல் 58.5 சதவீத பங்குகள் அவருடையதாயிற்று. 1906-1907 காலகட்டத்தில் மாடல் -N' கார்களை அவர் உற்பத்தி செய்தார். 9000 கார்களைத் தயாரித்து விற்றதில் 5.8 மில்லியன் டாலர்கள் வருமானம்.

1907-இல் மாடல்-N காரை மேலும் மேம்படுத்துவது என்று அவர் தீர்மானித்தார். புகழ் பெற்ற 'மாடல்-T' கார் உருவானது. உறுதியானதும்

அதிக செலவில்லாததுமான ஒரு காரை அவர் உருவாக்கினர். மாடல்-T காருக்கு ஏக டிமாண்ட். ஆனால், ஃபோர்டைப் பொறுத்தவரை கொஞ்சம் ஏமாற்றம் இருக்கவே செய்தது. உறுதியாகவும் மிக இலேசாகவும் உள்ள உலோகத் தகடு கிடைக்கவில்லையே என்பதால் ஏமாற்றம். தற்செயலாக மோதி விபத்துக்குள்ளான ஒரு பிரெஞ்சு ரேஸ் காரின் பகுதியொன்றை அவர் ஆராய்ந்தார். அந்தக் கார் வெணாடியம் இரும்பால் (Vanadium steel) தயாரிக்கப்பட்டிருந்தது. அடுத்து, தாம் தயாரித்த கார்களில் அந்த வெணாடியம் இரும்பினையே அவர் பயன்படுத்தலானார்.

1908-இல் 'மாடல்-T கார் தயாரானது. 1909 இறுதியில் 10,600 கார்கள் விற்றுத் தீர்ந்திருந்தது.

உற்பத்தி ஆற்றலை அதிகரிப்பதன் மூலம் 'மாடல்-T' காரின் விலையை அவரால் குறைக்க முடிந்தது.

அந்த நூற்றாண்டின் மிகப் பெரிய செல்வந்தரானார் அவர்.

ஃபோர்டு யாரையும் பிரதியெடுக்கவில்லை. பின்பற்றவில்லை. தமது நோக்கத்துடன் தம் திறமையின் மீதான நம்பிக்கையை அவர் இணைத்துக் கொண்டிருந்தார்.

ஃபோர்டின் வெற்றி ரகசியம் அவருடைய உறுதியான திட்டம், ஒழுங்கு செய்யப்பட்ட முயற்சி எனலாம்.

மிகவும் கடினமான நிலைமையில் இருந்தும் தமக்கு எதிரான சூழ்நிலையில் இருந்தும், முற்றிலும் சாதகமற்றவைகளில் இருந்தும் தேவையான துணிச்சலைப் பெற்றார் அவர்.

ஒரு கார் நன்றாக விற்றுக் கொண்டிருக்கிற போது அதில் மாற்றங்கள் செய்ய அவசியமில்லை என்பது அவருடைய கருத்து. 'மாடல்-T' காரை ரொம்ப காலம் வரை அவர் மாற்றங்கள் செய்யாமலே விற்று வந்தார்.

பின்பொரு காலகட்டத்தில், போட்டிகளில் ஃபோர்டு கார் விற்பனை பாதிக்கப்பட்ட போது, அவரும் மாற்றங்களை செய்யத் தொடங்கினார். 'மாடல்-T' காரில் எட்டு சிலிண்டர்களைப் பொறுத்தி, வடிவமைப்பிலும் மாற்றங்களைச் செய்தார்.

ஃபோர்டு தற்காலிகத் தோல்விகளைக் கண்டிருக்கிறார். ஆனால், அவற்றைத் தோல்விகள் என்று ஒப்புக்கொள்வதில்லை. ஒரு சமயம், தற்காலிக வேலை முடக்கம் (Lay off) என்று காரணம் காட்டி மற்ற கார் தயாரிப்பாளர்கள் ஆட்குறைப்பு நடவடிக்கையை மேற்கொண்டனர். ஆனால் ஃபோர்டு மட்டும் தமது தொழிற்சாலைக்கு கூடுதலாக ஆட்களை சேர்த்துக் கொண்டிருந்தார்.

ஒரு சமயம், வங்கிகள் மூடப்பட்டுவிடும் என்ற அச்சத்தில் வங்கியில் பணம் போட்டிருந்தவர்கள் தங்கள் பணத்தை எடுத்துக் கொண்டிருந்தனர். ஆனால் ஃபோர்டு மட்டும் வங்கிகளில் தாம் போட்டிருந்த பணத்தை எடுக்காமலே விட்டு வைத்தார்.

மற்ற கார் தயாரிப்பாளர்கள் தங்கள் கார்களின் விலையை உயர்த்திய போது, ஃபோர்டு தம்முடைய காரின் விலையைக் குறைத்தார். மற்ற முதலாளிகள் தொழிலாளர்களின் ஊதியத்தைக் குறைத்த போது இவர் மட்டும் அவர்களுடைய ஊதியத்தை உயர்த்தினார். அவருடைய வியாபாரக் கொள்கை சக தொழிலதிபர்களுடையதிலிருந்து மாறுபட்டது என்றே சொல்ல வேண்டும். ஆனால் அதன் மூலம் மகத்தான வெற்றியை அவர் பெற்றிருந்தார்.

மற்றவர்களின் மனங்கள் ஓர் எல்லைக்குள் நின்றிருக்க, அந்த எல்லைகளைத் தகர்த்தெறிந்து சாதனை புரிந்தார் அவர். ஒரு திட்டம் தோற்கிற போது வேறொரு திட்டத்தைக் கையில் எடுத்துவிடுவார்.

ஃபோர்டு தோல்விகளில் இருந்து நிறையக் கற்றுக் கொண்டார், தாம் கற்றவைகளைக் கொண்டு தம்மை வளர்த்துக் கொண்டார்.

தமக்கு முடிவெடுப்பதில் ஏதேனும் சந்தேகம் ஏற்பட்டால், தம்முடைய அலுவலக வளாகத்தைச் சுற்றி நடந்து கொண்டிருப்பார். தமக்குத் தெளிவு ஏற்படும் வரை தம்மிடம் உள்ள தயக்கம் நீங்கும் வரை அவ்வாறு நடந்து கொண்டேயிருப்பார். பிறகு என்ன செய்ய வேண்டும் என்பது புரிந்துவிடும். அவர் எடுக்கிற முடிவு சரியாகவே இருக்கும்.

1930-களில் செவர்லே கார் நிறுவனம் விநியோகத்தில் உச்சநிலையை அடைந்திருந்தது. ஃபோர்டு அதற்காக மூர்க்கத்தனமான போட்டியில் இறங்கிவிடவில்லை. தம்முடைய விநியோகஸ்தர்களை அழைத்து, 'நீங்கள் கூடுதலாய் விற்கிற ஒவ்வொரு காரும் உங்கள் இலாபத்தை அதிகரிக்கும்' என்று வலியுறுத்தினார்.

ஒரு தேர்ந்த வியாபாரியின் மிகப் பெரிய சொத்து கூரிய கற்பனைத் திறன்தான். அத்தகைய திறனை ஃபோர்டு வளர்த்துக் கொண்டார்.

ஃபோர்டு விலையுயர்ந்த பெரிய கார்களைத் தயாரித்து அதிக இலாபம் அடைவதை விட, குறைந்த விலையுள்ள கார்களை நிறைய தயாரித்து விற்பதன் மூலம் அதிக இலாபம் அடைய முடியும் என்று நம்பினார். ஆனால் அவருடைய தொழில் கூட்டாளிகளுக்கு இதில் உடன்பாடில்லாத காரணத்தினால் அவரிடம் கருத்து வேற்றுமை கொண்டனர்.

'நீங்கள் எந்த அளவு பெறுகிறீர்களோ அதை விட கூடுதலாகவே சேவையை வழங்குங்கள்' என்பார் ஃபோர்டு. ஒரு முதலாளி தம்முடைய தொழிலாளிகளைக் கையாளுகிற முறையிலும், முதலாளிக்காக வேலை செய்கிற தொழிலாளிகளின் பணியிலும் நல்ல பலனளிக்கக்கூடிய கோட்பாடு இது.

பணத்தைப் போலவே நம்பிக்கையையும் ஒரு முதலீடாக்கி அற்புதங்கள் புரிந்தவர் அவர்.

1920-21 காலகட்டத்தில் ஃபோர்டு நிறுவனம் நிதி நெருக்கடியில் சிக்கி, நிச்சயமற்ற நிலையில் இருந்தது. நிலைமையைச் சரி செய்ய 58 மில்லியன் டாலர் தேவைப்பட்டது. வங்கி இருப்பு 20 மில்லியன் டாலர் மட்டுமே. நியூயார்க் நகரத்தின் பெரிய வங்கியொன்று ஃபோர்டுக்கு உதவ முன்வந்தது. ஆனால் ஃபோர்டு நிறுவனத்தின் கட்டுப்பாட்டை (Control) தாங்கள் மேற்கொள்ள வேண்டும் என்று நிபந்தனை விதித்தது.

ஃபோர்டு ஒரு வார்த்தை கூட பேசவில்லை. அந்த வங்கியாளரை வெளியே போகும்படி சைகை செய்தார். அடுத்த மூன்றே மாதங்களில் 68 மில்லியன் டாலர்களை அவர் சேகரித்துவிட்டார். கார்களை டீலர்களிடம் விற்பதன் மூலம் 25 மில்லியன் டாலர், உற்பத்தி முறைகளை மேம்படுத்தியதன் மூலம் 28 மில்லியன் டாலர், உந்தூர்திப் பொருள்கள் அல்லாதவை (Non-automotive) களை விற்றதில் 15 மில்லியன் டாலர்கள் ஆக 68 மில்லியன். அவருடைய நெருக்கடியை தீர்ப்பதற்கான தொகை போக 30 மில்லியன் டாலர் கூடுதலாகவே. அதுதான் ஃபோர்டு.

11. உங்கள் பார்வையில்...

வாய்ப்புகள் கனவு மாதிரி. நீங்கள் விரும்பினால் நடைமுறைப்படுத்தலாம். தகுதியற்ற வாய்ப்பை ஒரு கெட்ட கனவைப் போல் நீங்கள் ஒதுக்கி விட முடியும்.

எதிர்பாராததையும் எதிர்பார்த்து இருங்கள்

வாய்ப்புகள் எந்த வடிவிலும் வரும், ஒரு சவால் அல்லது பிரச்சனையாகக் கூட அது தோற்றமளிப்பது உண்டு. அவை ஒன்றும் பளிச்சிடும் நியான் விளக்குகளோடு, வண்ணவண்ண தெரிவிப்புக் குறிகளோடு தங்கள் வருகையை அறிவித்துக் கொள்வதில்லை.

'வாய்ப்புகள் எதிர்பாரா நேரத்தில்
எதிர்பாராத இடத்தில் வந்து
உங்களை திக்குமுக்காட வைக்கும்.'

மிகப் பெரிய வாய்ப்புகள் கன வேகத்தில் உங்களைக் கடந்து செல்லும். அந்தக் கணத்தில் அதை கைப்பற்றிக் கொள்ளாவிடில் ஏமாற்றமே மிஞ்சும்.

ஒரு வாய்ப்பை உங்கள் ஆதாயத்திற்கு நீங்கள் பயன்படுத்தப் போகிறீர்களா அல்லது கடந்து செல்ல விட்டுவிடுவீர்களா என்பது உங்கள் மனோபாவத்தைப் பொறுத்தது.

முப்பது நாற்பது ஆண்டுகளுக்கு முன், மேற்கத்திய நாடுகளில் ஹிப்பி கலாச்சாரம் ஜுர வேகத்தில் பரவிக் கொண்டிருந்தது. அப்போது நான்கு இளைஞர்கள் மேடையேறி பாடத் தொடங்கினர். தங்களை 'ராக்' இசைக் கலைஞர்கள் என்று சொல்லிக் கொண்டனர். அவர்களுடைய இசைக்குழு 'பீட்டில்ஸ்' (Beatles) என்று அழைக்கப்பட்டது. டெக்கா ரிக்கார்ட் நிறுவனம் ஏனோ அவர்களுடைய ஆல்பங்களை வெளியிட விரும்பவில்லை. 'போதுமே, இந்தப் பசங்களோட இரைச்சல்!' என்று கருதிக் கொண்டு அவர்களுடன் ஒப்பந்தம் போட மறுத்துவிட்டது. ஆனால் அந்நிறுவனம் சற்றும் எதிர்பாராத விதத்தில் உலகமே பீட்டில்ஸ் இசையில் பித்தாகி நின்றது. அடுத்தடுத்த தலைமுறைகளின் இதயங்களையும், மனங்களையும் அந்த இசைக் கலைஞர்கள் வென்றுவிட்டனர். பல்லாயிரம் கோடி ரூபாய்களை இலாபமாக ஈட்டும் வாய்ப்பை டெக்கா நிறுவனம் தன்னுடைய அலட்சியத்தால் இழந்துவிட்டது.

மிகச் சிறியதில் இருந்து...

வாய்ப்புகள் ஒன்றும் சூடான 'கேக்' அல்ல, சிப்பமிட்டுக் கொடுப்பதற்கும், நீங்கள் வாங்கிக் கொண்டு செல்வதற்கும். முன்பே சொன்ன மாதிரி வாய்ப்புகள் எந்த வடிவிலும் வரும். அவை பெரும்பாலும் அத்தனை

முக்கியத்துவம் இல்லாதது போல் இருக்கும். மிகச் சிறியதாய் நீங்கள் பொருட்படுத்தாமல் விடுகிற அளவிலும் இருக்கும்.

சிந்தூர மரம் பார்ப்பதற்கு ராட்சஸ சைஸில் இருக்கும். ஆனால், மிகச் சிறிய பழம் (அல்லது கொட்டை) தான் அதன் தொடக்க மூலம். அந்த மரத்தின் ஆற்றலும், சிறப்பும் ஒரு சிறு விதைக்குள் அடக்கம்!

உங்கள் கைக்கு வருகிற வாய்ப்பு ஒரு சிறு விதையைப் போல் இருக்கக் கூடும். அதன் உருவத்தைப் பார்த்து அலட்சியப்படுத்திவிடாதீர்கள். அது ஏற்படுத்தக்கூடிய விளைவுகளைக் கருத்தில் கொள்ளுங்கள்.

ஒரு சிறிய அறையில், விரல் விட்டு எண்ணி விடும்படியான சிலருடன் தோற்றுவிக்கப்படும் அமைப்புகள், மிகப் பெரிய இயக்கமாய் உருவெடுத்து வரலாறு படைப்பதை அறிவீர்கள்தாமே. வாய்ப்புகளும் அப்படித்தான். எந்தவொரு வாய்ப்பிலும் ஒரு தகுதி அல்லது பெறுமானம் இருக்கவே செய்யும். எதையும் பயனற்றது என ஒதுக்கி விடாதீர்கள்.

அச்சமும் தயக்கமும்

அமெரிக்காவின் அரசியல் மேதகு பண்பாளரும் (Statesman) சட்டவியல் வல்லுநரும், மனிதநேயருமான ஜேம்ஸ். எப். பைர்ன்ஸ் கூறுவார், 'மக்கள் எப்போதும் வாய்ப்புக்கு பதிலாக பாதுகாப்பு நிலை பற்றியே சிந்தித்துக் கொண்டிருக்கிறார்கள்' என்று. காரணம் வாய்ப்பு இருக்கிறது இடர்பாட்டில், பிரச்சனையில், சவாலில், நெருக்கடியில். ரொம்பப் பேர் வாய்ப்பைக் கண்டு அஞ்சி விலகுவதும், அதைக் கைப்பற்றத் தயங்குவதும் அதனால்தான்.

உங்கள் வீட்டு அழைப்பு மணியை யாரோ ஒலிக்கிறார்கள். நீங்கள் சட்டென்று கதவைத் திறந்துவிட மாட்டீர்கள். வாசலில் நிற்பவர் உங்களுக்குத் தெரிந்தவராக இருக்கலாம் அல்லது முன் பின் தெரியாதவராக இருக்கலாம். 'மேஜிக் I' என்று சொல்லப்படுகிற கதவுத் துவாரத்தின் வழியே பார்க்கிறீர்கள்.

வெளியில் நிற்பவரை உள்ளே அழைப்பதா அல்லது சன்னல் வழியே பேசியனுப்பிவிடுவதா என்பது உங்கள் தீர்மானத்தைப் பொறுத்தது. வந்திருப்பது சாதாரணப் பிரச்சனையா அல்லது வாய்ப்பை உள்ளடக்கியதா என்பதை நீங்கள்தான் தீர்மானிக்க வேண்டும்.

குறிப்பிட்ட சந்தர்ப்ப சூழ்நிலைகளில் நீங்கள் எப்படி எதிர்ச்செயல் (Respond) புரிகிறீர்கள் என்பதைப் பொறுத்தே அவை உங்களை முன்னேற்றுகிற வாய்ப்புகளாவதும், வாய்ப்புகளாகி உங்கள் தொழில்/வேலையில் மேம்பாட்டைத் தருவதும். ஒரு வாய்ப்பில் உள்ள சாத்தியத்தைக் (Potential) கண்டுகொண்டதுமே கொஞ்சமும் தாமதமின்றி செயல்படத் தொடங்கிவிட வேண்டும். அச்சத்தை விட துணிகரச் செயலுக்கு விழையும் உணர்வே நம்மிடம் இருந்தாக வேண்டும். ஆனால், மனித இயல்போ முதலில் அச்சத்தையே எதிர்வினை (React) யாய் கொண்டிருக்கும். அச்சம் வாய்ப்பை இழக்கச் செய்யும்.

ஒரு சவாலை நீங்கள் துணிவுடன் எதிர்கொள்பவராயின் அந்தச் செயல்முறையில் இருந்து நீங்கள் கற்கவும், வளர்ச்சி அடையவும், வெற்றி காணவும் முடியும். அப்போது உங்கள் மன அமைவும் விரும்பியதை அடைய வழி வகுப்பதாயிருக்கும்.

அது தடைகளை வாய்ப்புகளாக மாற்றும். இது குறித்து ஒரு விளக்கம். புத்தம் புதிய தொழில் வாய்ப்பு ஒன்றை யாரோ ஒருவர் உங்களிடம் கொண்டு வருகிறார். அதற்குக் கால அவகாசம், முயற்சி, பணம் தேவைப் படுகிறது.

இதில், உங்களுடைய முக்கிய எதிர்ச் செயல் என்னவாக இருக்கும்? அதற்காகும் செலவுகள் அச்சத்தை ஏற்படுத்தும். அடுத்து, உங்களைச் சுற்றியுள்ளவர்கள் உங்கள் உறுதியைக் குலைக்கிற விதத்தில் பேசுகிற பேச்சுகள். அப்போது உங்கள் அச்சம் மேலும் மோசமாகிவிடுகிறது. முடிவில் அந்த வாய்ப்பையே நிராகரிக்கும் நிலைக்கு நீங்கள் தள்ளப்படுகிறீர்கள். நிதி சார்ந்த வகையிலான பாதுகாப்பு உட்பட பல அனுகூலங்களை நீங்கள் பெற முடியாமல் போய்விடுகிறது.

இன்றைய விதைகள்

இங்கே குழந்தைகளைப் பற்றியும் சொல்ல வேண்டும். உங்கள் குழந்தைகள் நாளை பெரியவர்களானதும் ஒரு சிறந்த பொறியாளராகவோ, மருத்துவராகவோ வரக் கூடும், கலைத்துறையிலோ, தொழில் துறையிலோ 'நெம்பர் ஒன்'னாக திகழக்கூடும்.

உங்கள் குழந்தைகளுக்குள் ஒளிந்து கிடக்கும் திறமையை முதலில் கண்டுபிடியுங்கள். பிறகு அந்தத் திறமையை வளர்த்திடுங்கள், வெளிக் கொண்டுவர உதவுங்கள்.

பதின் பருவப் பிள்ளைகள் (Teenagers) உங்களுக்குப் பிரச்சனையாக, உங்களை மன உளைச்சல் படுத்துகிறவர்களாகத் தெரியலாம். ஆனால், சில ஆண்டுகளிலேயே அவர்கள் வெற்றியாளர்களாகவும், சாதனையாளர்களாகவும் விளங்கப் போவதை உங்கள் மனக் கண்ணில் பாருங்கள். நல் வாய்ப்புகளை அவர்களுக்கு ஏற்படுத்திக் கொடுங்கள்.

'இன்றைய விதைகள்
நாளைய மரங்கள்.'

ஒன்றை நினைவில் கொள்ளுங்கள், நீங்கள் எங்கிருக்கிறீர்கள் என்பதுதான், நீங்கள் எதைக் காண்கிறீர்கள் என்பதைத் தீர்மானிக்கிறது. நீங்கள் வாய்ப்பை எதிர்பார்த்திருந்தால் அதை எங்குமே காண முடியும்.

ஓர் அருமையான வாய்ப்பு கிடைக்கிறது. முறையான திட்டத்தையும், சரியான மனோபாவத்தையும் கொண்டு அந்த வாய்ப்பில் இருந்து நீங்கள் பலனடைய முடியும்.

'எல்லாவற்றிலும் வாய்ப்பு இருக்கிறது,
எதுவும் வாய்ப்பாக முடியும்.
எதையும் சாதகமாக்கிக் கொண்டு
எதிலும் வெற்றிகாண முடியும்.'

நம்பிக்கை எழுத்தாளர் ஆரிசன் ஸ்வெட் மார்டன் கூறுவார், 'கண்ணுக்கு தெரியாத ஆற்றல் எங்கும் மறைந்து கிடக்கிறது. தன்னைக் கண்டு கொள்வோருக்காக அது காத்திருக்கிறது' என்று.

பார்வைகள் வேறுபடும்

அந்தக் காலத்தில் இசைத் தட்டுகள் மூலமே இசை விற்பனை ஆகிக் கொண்டிருந்தது. இன்றைய குறுந்தகடுகளோ, ஒலிநாடாக்களோ இல்லாத காலம் அது. அமெரிக்காவில் ஜீன் ஆட்ரி என்பவர் பிரபல இசைத் தட்டு நிறுவனத்தின் உரிமையாளர். கிறிஸ்துமஸ் கீதங்களை வெளியிடுவதில் அவருக்குத் தனி ஆர்வம். 1947-இல் அவருடைய 'Here Comes Santa Claus' பாடல் பிரசித்தம். அதற்கு இணையாக 1948-இலும் இசைத்தட்டு வெளியிட விரும்பினார் அவர்.

அந்தச் சமயத்தில் நியூயார்க்கைச் சேர்ந்த இளைஞர் ஒருவர் 'Rudolph the Rednosed Reindeer...' என்ற பாடலையும் அதற்கான இசைக் குறிப்பையும் அவருக்கு அனுப்பி வைத்திருந்தார். ஆட்ரிக்கு அந்தப் பாடலில் பெரிய ஈர்ப்பு ஏற்படவில்லை. ஆனால் அவருடைய மனைவிக்கு அது பிடித்திருந்தது. 'இந்தப் பாடல் 'ஹிட்'டாகி, விற்பனையில் சாதனை படைக்கப் போகிறது' என்று உறுதியாக நம்பினார் அவர். மனைவியின் விருப்பத்துக்காக அந்தப் பாடலை அரைமனதுடன் பதிவு செய்து, வெளியிட்டார் ஆட்ரி.

எந்தப் பாடலை அவர் அற்பமாக நினைத்திருந்தாரோ அது இருபத்தியைந்து மில்லியன் பிரதிகள் விற்றன (ஒரே ஆண்டில்). `Rudolph...' இசைத்தட்டு பிற்பாடு உலக அளவில் புகழ் பெற்றது. உலகின் அநேக மொழிகளில் சுமார் நூறு மில்லியன் இசைத்தட்டுகள் விற்பனையாயிற்று. ஆட்ரி காணத் தவறிய வெற்றி வாய்ப்பை அவருடைய மனைவி கண்டார்.

எதற்கும் கலங்காத மனம்

தாமஸ் ஆல்வா எடிசன் அறிவியல் கண்டுபிடிப்புகளுக்காக உலக அளவில் போற்றப்படுகிறவர். எண்ணற்ற கண்டுபிடிப்புகளின் சொந்தக்காரர்.

ஒரு நாள் இரவு நேரம் எதிர்பாராதவிதமாய் எடிசனின் விஞ்ஞான ஆய்வுக்கூடம் தீவிபத்துக்குள்ளாகிறது. கருவிகள், ஆய்வேடுகள் உட்பட ஒட்டு மொத்த கட்டடமும் பற்றி எரிந்து கொண்டிருந்தது.

'இந்த அதிர்ச்சியில் எங்கே தந்தையின் உடல்நலம் பாதிக்கப்பட்டு-விடுமோ' என்று கவலைப்பட்டார் எடிசனின் மகன். ஒரு விஞ்ஞானியின் ஆண்டாண்டு கால உழைப்பும் ஒரே நாளில் நாசமாகிக் கொண்டிருக்கிறதே.

எடிசன் அதிர்ந்துவிடவில்லை. 'ஓடு, உடனே உன் தாயை அழைத்து வா. இத்தனை பெரிய தீயை இதற்கு முன் அவள் பார்த்திருக்க மாட்டாள்' என்று மகனிடம் சொன்னார்.

மறுநாள் தீயில் எரிந்து நாசமான பொருட்களின் குவியலுக்கிடையே எடிசன் நடந்து சென்றார். தன்னைத் தொடர்ந்து வந்து கொண்டிருந்த உதவியாளர்களிடம் சொன்னவர் 'நாம் கடவுளுக்கு நன்றி சொல்வோம். நம்முடைய தவறுகளும் தோல்விகளும் ஒரேயடியாய் உலகின் பார்வைபடாமல் மறைந்துவிட்டன. போகட்டும், நாம் எல்லாவற்றையும் முதலில் இருந்தே மீண்டும் தொடங்குவோம்' என்று. சூழ்நிலைக்குத் தக்கவாறு நடந்து கொள்கிறவர்களின் (Opportunists) மன அமைவு இத்தகையது.

ஒரு வாய்ப்பைக் கையிலெடுக்கிற போது அதற்கு தேவைப்படுகிற முயற்சி, காலம், பணம் இவற்றைப் பற்றியே நீங்கள் சிந்திப்பீர்கள். அத்துடன், அதன் மூலம் பெறப் போகிற வெற்றியையும் கருத்தில் கொள்ளுங்கள். அந்த வெற்றி கூடுதல் வருவாயையும், புதிய நண்பர்களையும், தனிப்பட்ட முறையிலான முன்னேற்றத்தையும் உங்களுக்கு வழங்கும்.

கனவை நோக்கிய பயணம்

உங்கள் வாழ்வின் கனவை நிறைவேற்றும் திறன் ஒவ்வொரு சந்தர்ப்பத்திலும் இருக்கிறது. அதை நீங்கள் கண்டு கொள்வது முக்கியம்.

'வாய்ப்பு என்பது நீங்கள்
மேலெழுவதற்கான வெற்றி
பெறுவதற்கான சந்தர்ப்பம்.'

ஆனால் வாய்ப்புகள் எப்போதுமே கையாளுவதற்கு எளிதாக இருப்பதில்லை. எனவே சுலப வழியைத் தேடாதீர்கள். கடின வழியென்றாலும் அதையே மேற்கொள்ளுங்கள். ரொம்பப் பேரின் நினைப்பு, வாய்ப்பு தானாக தங்கள் மடியில் வந்து விழ வேண்டும் என்பது. ஆனால், வாய்ப்புகள் நாம் அணுகும் முறையைப் பொறுத்தே வடிவம் பெறுகின்றன.

பெரிய கனவுகளுடன், கடினமான பாதையில் செல்கிறவர்கள் மகத்தானவைகளைச் செய்து முடிக்கிறார்கள்.

ராபர்ட் ஃப்ராஸ்ட் என்ற அமெரிக்கக் கவிஞர் தம்முடைய கனவை நோக்கிய பயணம் பற்றி பாடியிருக்கிறார். அவருடைய 'The Road Not Taken' என்கிற கவிதை நூலில் இருந்து சில வரிகள் -

'அந்த வனத்தின் முகப்பில்
இரண்டு பாதைகள் விலகிச் சென்றன.
ஒன்று, நடந்து தேய்ந்த பாதை
பலரும் அதில் பயணித்திருக்க வேண்டும்.
மற்றொன்று அரிதாக
சிலர் மட்டுமே நடந்ததாயிருக்கும்.
அதிக சுவடுகளைக் காணோம்!
ஒரு பயணி எப்படி இரண்டு பாதைகளில்
பயணிக்க முடியும்?
நான் பிந்தைய பாதையைத் தேர்ந்தெடுத்தேன்
அதில் நடக்கலானேன்.'

வழக்கமான பாதையில் போகாதீர்கள். உங்களுக்கு முன் சென்றவர்கள் விட்டுச் சென்ற மிச்சத்தையே நீங்கள் சேகரிக்கும்படி இருக்கும்.

இந்த நாள் உங்களுக்கு வாய்ப்பான நாள். இதனைப் பயன்படுத்திக் கொள்ளுங்கள். உலகில் வாய்ப்புகளுக்குப் பஞ்சமேயில்லை. வாய்ப்புகளைப் பயன்படுத்திக் கொள்கிறவர்கள்தாம் குறைவு.

குறைபாடுகளை எண்ணிக் கவலைப்படாதீர்கள்

ஜோனி எரிக்ஸன் என்கிற பெண்மணி ஒரு மோசமான விபத்துக்குப் பிறகு, சக்கர நாற்காலியிலேயே வாழ்க்கையைக் கழிக்க வேண்டிய நிலை. தன்னுடைய வலிகளுக்கும் வேதனைகளுக்கும் இடையே அவள் ஓவியம் வரையக் கற்றாள். கைகள் செயலிழந்த காரணத்தால் தனது பற்களுக்கிடையில் தூரிகையைப் பற்றிக் கொண்டு படங்கள் வரைந்தாள். தற்போது, பல்லாயிரக்கணக்கானவர்களுக்கு நம்பிக்கை ஊட்டும் உரையை அவள் ஆண்டுதோறும் நிகழ்த்திக் கொண்டிருக்கிறாள்.

'நமக்கு வழங்கப்படும் வாய்ப்புகள் மூலம்
வாழ்வில் நமக்கென்று விதிக்கப்பட்டதை
நாம் அடைகிறோம்.'

வெற்றியாளர்கள் தங்கள் கற்பனையைக் கொண்டு வாய்ப்புகளை வடிவமைக்கிறார்கள். தங்களுக்கும், தங்களைச் சுற்றி இருப்பவர்களுக்கும் நன்மை கிடைக்கும் படியாய் அவற்றை உருவாக்குகிறார்கள்.

'நான், பார்க்கும் திறன் இல்லையே என்று கவலைப்பட மாட்டேன். என்னுடைய கற்பனைக் கண்ணால் என்னை மேம்படுத்திக் கொள்ள முடிகிறது. அவர்களுக்குக் கண்கள் இருந்து என்ன பயன், கனவோ கற்பனையோ இல்லாமல்...' என்பார் ஹெலன் கெல்லர்.

'வாழ்க்கை ஒரு மகத்தான அனுபவம்,
இதில் வாய்ப்பு என்பது அற்புதமான
வெகுமதி, வேறென்ன வேண்டும்
என்று நாம் வருந்தி நிற்பது?'

இரு கைகளாலும் இறுகப் பற்றுங்கள்

வாய்ப்பு யாருக்காகவும் காத்திருப்பதில்லை. நீங்கள் ஊக்கமுள்ளவராகவும், எல்லாவற்றிலும் கவனத்தோடும், ஆர்வம் நிரம்பியவராகவும் இருக்க வேண்டும். உங்கள் வழியில் வரும் வாய்ப்புகளை இறுகப் பற்றிக் கொள்ளுங்கள். அவற்றை உங்களுடையதாக்கிக் கொண்டு, அவற்றின் பேரில் செயல்படுங்கள்.

வாய்ப்பான தருணங்களே உங்களை சிகரத்துக்குக் கொண்டு செல்கிறவை. இந்தத் தருணங்கள் தாமே உங்களைத் தேடி வரும் என்று நீங்கள் காத்திருந்தால் இன்னுமோர் நூற்றாண்டு வரையும் நீங்கள் காத்திருக்கும்படி ஆகும்.

ரோஜா உங்கள் வீட்டுத் தோட்டத்தில் பூத்திருக்கிறது. ஆனாலும், பூ தேவையென்றால் நீங்கள்தாம் செடியை நோக்கிச் செல்ல வேண்டும். ரோஜாக்கள் தாமாக உங்கள் மடியில் வந்து விழுவதில்லை.

முயற்சி இல்லாதவர்கள்தாம் சரியான நேரம், சரியான அமைப்பு, சரியான மன உணர்வு இவற்றுக்காகக் காத்திருக்கிறார்கள். முயற்சி உள்ளவர்களோ தூரத்தை, நேரத்தை, சூழ்நிலையைப் பற்றிக் கவலைப்படாமல் தாமே வாய்ப்புகளைத் தேடிச் செல்கிறார்கள்.

'படகு எதிர்க் கரையில் நிற்கிறது
அது எப்போது வருமென்று தெரியாது
நீங்கள் ஏன் காத்திருக்கிறீர்கள், உங்களுக்கு
நீச்சல் தெரியும் என்கிறபோது?'

12. வீட்டுக்கு வெளியே ஒரு வீடு

எம்.எஸ். ஓபராய் சென்ற தலைமுறையினருக்கு மிகத் தெரிந்த பெயர்.

'ஓபராய் ஓட்டல்' என்றால் இன்றளவும் உலக அளவில் எல்லாருக்கும் தெரிந்த பெயர்தான்.

எதைச் செய்தாலும் சிறப்பாகச் செய்ய வேண்டும் என்கிற முனைப்பு உள்ளவர்கள் தங்கள் துறையில் கட்டாயம் முன்னேறிவிட முடியும். ஓபராய் ஓட்டல் துறையில் ஒரு நிரூபணம்.

1920-இல் அந்த இளைஞர் தமது இளம் மனைவி, கைக்குழந்தையுடன் சிம்லா சென்றார். அது விடுமுறையை உல்லாசமாய் கழிக்கிற பயணம் அல்ல. அவர் வேலை தேடித்தான் அங்கே சென்றார். சிறு வயதில் அங்கொன்றும் இங்கொன்றுமாய் சில்லறை வேலைகளை அவர் செய்திருக்கிறார். பெரிதாய் பட்டப்படிப்பு எதுவும் படித்திருக்கவில்லை. சுருக்கெழுத்து, தட்டச்சு பயிற்சி பெற்றிருந்தார் அவர்.

சிம்லாவில் எங்கும் வேலை கிடைக்கவில்லை. அந்தக் காலத்தில் பிரபலமான 'ஸெஸில் ஓட்டல்' தற்செயலாக அவருடைய கண்ணில் பட்டது. இங்கே ஒரு வேலை கிடைத்தால்... அவர் ஓட்டலுக்குள் நுழைந்தார். அது வசதி படைத்த வெள்ளைக்காரர்கள் வந்து தங்குகிற இடம். ஓட்டல் நிர்வாகியும் ஒரு வெள்ளைக்காரர். பெயர் க்ரோவ்ஸ்.

ஓபராய் அந்த ஒட்டல் நிர்வாகியை அணுகி, தாம் வந்த விபரத்தைத் தெரிவித்தார்.

'உனக்கு என்ன வேலை தெரியும்?'

ஓபராய் தம்முடைய சான்றிதழ்களைக் காண்பித்தார். 'என்னை ஒரு ஸ்டெனோவாகவோ, டைப்பிஸ்டாகவோ நீங்கள் அமர்த்திக் கொள்ள முடியும்' என்றார்.

நிர்வாகி உதட்டைப் பிதுக்கினார். 'அதற்கெல்லாம் இங்கே ஆட்கள் இருக்கிறார்கள்.'

எப்படியும் வேலை பெற்றேயாக வேண்டும் என்கிற தீர்மானத்தில் இருந்தார் ஓபராய்.

'அப்படியானால் நீங்கள் என்னை கடிதப் போக்குவரத்து, ஓட்டல் அறைகளில் உள்ளவர்களின் தேவைகளைக் கவனிப்பது அல்லது நிர்வாகப் பணியில் பயன்படுத்திக் கொள்ளலாமே' என்றார்.

ஓபராய் எந்த வேலையையும் செய்யத் தயாராயிருப்பது நிர்வாகிக்குப் புரிந்தது. வந்த இளைஞரிடம் இருந்த ஆர்வத் துடிப்பையும் அவர் கவனிக்கத் தவறவில்லை.

'சரி, நீ வேலையில் சேர்ந்து கொள்' என்றார் க்ரோவ்ஸ்.

'நன்றி ஐயா. நான் குடும்பத்துடன் தங்கிக் கொள்ள ஓர் இடம் கொடுத்தால் நல்லது' என்று கொஞ்சமும் தயங்காமல் வேண்டுகோள் விடுத்தார் ஓபராய். க்ரோவ்ஸ் அவருடைய வெளிப்படையான பேச்சை ரசித்தார். அந்த இளைஞரின் துணிவை மனதுக்குள் பாராட்டிக் கொண்டார்.

சிம்லாவில் ஸெஸில் ஓட்டல் தரமான சேவைக்குப் பெயர் பெற்றது. அங்கே காலையிலிருந்து பின்னிரவு வரைக்கும் கடுமையாக வேலை பார்த்தார் ஓபராய். சாதாரண பணியாளர்தான். ஆனால் அந்த வாய்ப்புதான் சங்கிலித் தொடர் ஓட்டல்கள் நடத்தும் கனவை அவருக்குள் தோற்றுவித்தது.

தம்முடைய கனவு பற்றி அவர் முதலில் பேசியது தம் மனைவியிடம்தான். ஓபராய் பணியாளராய் இருந்தபோதும் ஓட்டல் சேவையை எப்படி மேம்படுத்துவது, எப்படியெல்லாம் செலவுகளைக் குறைத்து இலாபத்தைப் பெருக்குவது என்று விரிவாகச் சிந்திப்பார். பல யோசனைகளை நிர்வாகத்திடம் முன் வைப்பார். நிர்வாகி அவருக்கு வெகுமதிகள் வழங்கியதோடு, ஊதியத்தையும் உயர்த்தினார்.

ஸெஸில் ஓட்டல் நிர்வாகம் 1924-இல் சிம்லாவில் கார்ல் டன் ஓட்டலை நிறுவியது. ஓபராய் அங்கே நிர்வாகப் பொறுப்பேற்றார். தன்னுடைய திறமைகளை அங்கே அவர் சிறப்பாக வெளிப்படுத்த முடிந்தது.

1930-களில், ஓட்டல் உரிமையாளர் இங்கிலாந்துக்கு திரும்பிவிடத் தீர்மானித்தார். ஓட்டலில், மூன்றில் ஒரு பங்கு உரிமையை ஓபராயிடமே விற்றார் அவர். ஓபராயிடமிருந்து அவர் விலையாகப் பெற்றது பத்தாயிரம் ரூபாய்கள்தான். கொஞ்ச நாளில் ஓட்டலின் மற்ற இரு பங்குகளையும் ஓபராய் வாங்கி விட்டார். ஆக ஓட்டலுக்கு அவரே சொந்தக்காரர் ஆனார்.

ஓபராய் இப்படித்தான் ஓட்டல் தொழிலில் பிரவேசித்தார். அந்த ஓட்டல் மூலம் பணம் குவிந்தது.

அப்போது கல்கத்தாவின் மிகப் பிரபலமான கிராண்ட் ஓட்டல் மூடப்படும் நிலையில் இருந்தது. 'நாம் ஏன் அந்த ஓட்டலை நடத்தக் கூடாது.' கேள்வியெழுந்தது ஓபராய்க்குள். மாதம் 7000 ரூபாய் குத்தகையில் ஓட்டலின் நிர்வாகத்தை ஏற்றார்.

இரண்டாம் உலகப்போர் தொடங்கிய காலகட்டம் அது. பிரிட்டிஷ் அரசு நிறைய துருப்புகளை இந்தியாவிற்கு அனுப்பியது. சுமார் ஐநூறு வெள்ளை சிப்பாய்களுக்கு தங்கும் வசதி செய்து கொடுக்க ஒப்பந்தம் போட்டார் ஓபராய். அவர்களுக்காக தனது ஓட்டலில் இருந்து கட்டில், நாற்காலி, உணவு போன்றவைகளை 'சப்ளை' செய்தார்.

1943-இல் கிராண்ட் ஓட்டலின் முழு உரிமையாளரானார் ஓபராய். தமது ஓட்டலின் அறைகளும், உணவும், சேவையும் மிகச் சிறந்தவைகளாக இருக்க வேண்டும் என்பது அவருடைய கொள்கை.

அதன் பிறகு இந்தியாவின் மிகப் பெரிய ஓட்டல் குழுமத்தின் (The Associated Hotels of India) பெரும்பாலான பங்குகளை வாங்கினார். அதற்காக அவர் செலவிட்டது 60 லட்சம் ரூபாய்கள். ஐம்பது அறுபது ஆண்டுகளுக்கு முன் அது ஒன்றும் சாதார்ண தொகையல்ல. ஒரு கட்டத்தில் குழுமத்தின் நிர்வாகம் அவர் கைக்கு வந்தது. வட இந்தியாவில் பத்து ஓட்டல்களுக்கு அவர் உரிமையாளரானார்.

இந்தியா சுதந்திரம் பெற்ற போது, பாகிஸ்தான் பிரிவினையில் நான்கு ஓட்டல்கள் கைவிட்டுப் போயிற்று. ஆனாலும் ஓபராய் மனம் சோர்ந்து விடவில்லை. தனக்கு ஏற்பட்ட இழப்பை சரிக்கட்ட ஒரிஸ்ஸா கடற்கரையில் ஒரு ஓட்டல், டெல்லியில் ஓர் ஐந்து நட்சத்திர ஓட்டல் என்று புதிதாய் இரண்டு ஓட்டல்களைத் தொடங்கினார்.

1970-களில் சிங்கப்பூர், எகிப்து, ஸ்ரீலங்கா, சவுதி அரேபியா, இந்தோனேசியா, ஆஸ்திரேலியா என்று உலக அளவில் பல நாடுகளில் தமது ஓட்டல் தொழிலை அவர் விரிவுபடுத்தினார். 'வீட்டுக்கு வெளியே ஒரு வீடு' என்று புகழப்படுகிறது ஓபராய் ஓட்டல்கள்.

கைக்குக் கிடைக்கிற முதல் வாய்ப்பை விடக் கூடாது. அது மிகச் சிறிய வாய்ப்பாக இருக்கலாம், ஆனால் மிகச் சிறியதில் இருந்தே தொடங்குகிறது மிகப் பெரிய வெற்றிகள்.

❖ ❖ ❖

13. உழைப்பு இல்லாமலா?

வாய்ப்பு செல்வத்தை உருவாக்குகிறது. செல்வம் பல நூறு வாய்ப்புகளை உருவாக்கும். எப்படி என்கிறீர்களா ?

செல்வம் உள்ளவர்களால் பெரிய அளவில் வியாபாரம் செய்ய முடிகிறது, மிகப் பெரிய தொழிற்சாலைகளை அவர்கள் உருவாக்குகிறார்கள். ஒரு வியாபார நிறுவனம் நூற்றுக்கணக்கானவர்களுக்கு வேலை வாய்ப்பை வைத்துக் கொண்டிருக்கும். ஒரு தொழிற்சாலை பல்லாயிரம் பேர்களுக்கு வேலை வாய்ப்பை வழங்கும்.

செல்வமும், அதிகாரமும், செல்வாக்கும் தகுதியானவர்களிடம் இருக்க வேண்டும். இவை தவறானவர்கள் கையில் சிக்கிவிட்டால் மேலும் மேலும் தவறுகள்தாம் நடக்கும்.

தகுதியான தொழிலதிபர் தம்முடைய தொழிலை விரிவு செய்கிறபோதெல்லாம் அதன் மூலம் எத்தனை பேருக்கு வேலை வாய்ப்பு கிடைக்கும் என்பதைத்தான் கருத்தில் கொள்வார்.

தமது பணியாளர்களின் வாழ்க்கையை மேம்படுத்துகிற நோக்கம் அவரிடம் இருக்கும். தகுதியற்ற தொழிலதிபரோ குறைந்த ஊதியத்திற்கு ஆட்களைத் திரட்டுவதிலும், அவர்களுடைய உழைப்பைச் சுரண்டுவதிலும்தான் கருத்தாக இருப்பார்.

செல்வத்தையும் அதிகாரத்தையும் போலவே வாய்ப்புகளும் தவறானவர்கள் கைக்கு போய்விடக் கூடாது.

கிரேக்க வரலாற்றாளர் தூளிடைட்ஸ் இப்படிக் குறிப்பிட்டிருக்கிறார், 'செல்வம் அகந்தைக்கும் ஆணவத்துக்குமான சாதனமல்ல. அதனை சாதனைக்கோர் வாய்ப்பாகக் கொள்ள வேண்டும்' என்று.

பில்கேட்ஸ் அதைத்தான் செய்தார். அவருக்குச் சொந்தமாக மலையளவு செல்வம் இருந்தும், அவர் கடுகளவும் கர்வப்படவில்லை. அவருடைய மைக்ரோசாஃப்ட் நிறுவனத்தை நம்பி பல கிளைத் தொழில்கள் தொடங்கப்பட்டன. பல நிறுவனங்கள் மைக்ரோசாஃப்ட் தயாரிப்புகளைப் பயன்படுத்தி வளம் கொழித்தன. இலட்சக்கணக்கானவர்களுக்கு வேலை வாய்ப்பு கிடைத்தது.

அமெரிக்கக் கோடீஸ்வரர்களில் எண்பது சதவீதம் பேர் முதல் தலைமுறை பணக்காரர்கள். மூன்றில் இரண்டு பங்கினர் சுய வேலை வாய்ப்பை உருவாக்கிக் கொண்டவர்கள். அவர்கள் வாய்ப்புகளை மரபு வழியில் பெற்றிடவில்லை. தாங்களாகவேதான் உருவாக்கிக் கொண்டனர்.

நம்பிக்கையூட்டும், துணிச்சலான செயல்முறையின் மூலம் தங்கள் சந்தர்ப்ப சூழ்நிலைகளை அவர்கள் மாற்றியமைத்துக் கொண்டனர்.

நேர உணர்வோடு செயல்படுங்கள்

வாய்ப்புகள் மாறாமல், நிலையாக இருப்பதில்லை. விமானப் பயணம் செய்கிறவர் உரிய நேரத்தில் விமான நிலையத்தில் இருக்க வேண்டும். விமான நிறுவன அலுவலர் 'போர்டிங் கால்' (Boarding call) செய்த பிறகும் நீங்கள் விமானத்தில் ஏறாவிட்டால், உங்கள் இருக்கை வேறொரு பயணிக்கு ஒதுக்கப்பட்டுவிடும். உங்கள் வாய்ப்பை நீங்கள் இழக்கிறீர்கள். உங்களிடம் நேர உணர்வும், பொறுப்புணர்ச்சியும் இருந்தால்தான் வாய்ப்பை நீங்கள் பெற முடியும்.

நேரத்தையும், சந்தர்ப்பத்தையும் பயன்படுத்தத் தவறுகிறவர் நின்ற இடத்திலேயே நிற்க வேண்டியதுதான். வாய்ப்பு நிலையாக ஓரிடத்தில், குறிப்பிட்ட ஒருவரை எதிர்பார்த்து உட்கார்ந்து கொண்டிருப்பதில்லை. அது பாட்டுக்கு போய்க்கொண்டேதான் இருக்கும். நீங்கள் பயன்படுத்திக் கொள்ளவில்லை என்றால் இன்னொருத்தர்.

குறைபாடுகளைக் கடந்து செல்லுங்கள்

உலக அளவில் மிகப் பெரிய நிறுவனம் அமெரிக்க 'ஜெனரல் எலக்ட்ரிக்' நிறுவனம். அதை நிறுவியவர்களில் ஒருவர், சார்லஸ் ஸ்டெய்ன்மெட்ஸ் ஆவார். இவர் ஒரு மின்னியல் மேதை. ஆனால், பிறவியிலேயே முடமாகிவிட்டவர். இயல்புக்கு மாறான உருவம். மிகக் குள்ளமாய் கூனல் விழுந்த முதுகுடன் காட்சியளிப்பவர்.

ஸ்டெய்ன்மெட்ஸிற்கு ஒரு வயது ஆவதற்கு முன்பே அவருடைய தாய் இறந்துவிட்டார். அவருடைய தந்தை மிகவும் ஏழை. ஆனாலும் மகனை முடிந்த அளவு படிக்க வைப்பதில் உறுதியாயிருந்தார்.

ஸ்டெய்ன்மெட்ஸால் மற்ற பையன்களைப் போல் வழக்கமான விளையாட்டுகளை விளையாட முடியவில்லை. எனவே, தன்னை அறிவியலில் அவர் ஈடுபடுத்திக் கொண்டார்.

'மற்றவர்களுக்கு உதவக்கூடிய கண்டுபிடிப்புகளை நான் செய்வேன்' என்று தனக்குள் கூறிக் கொள்வார் அவர். அதுதான் அவருடைய வாழ்வின் முதன்மைப் பொருளாயிருந்தது.

அமெரிக்காவிற்குக் குடியேறிய பொழுது அவருக்கு ஆங்கிலத்தில் ஒரு வார்த்தை கூட பேசத் தெரியாது. வாரத்திற்கு பன்னிரண்டு டாலர் ஊதியத்தில் எப்படியோ ஒரு வேலை கிடைத்தது. ஜெனரல் எலக்ட்ரிக் நிறுவனம் அப்போது வளர்ச்சியின் தொடக்க நிலையில் இருந்தது. மின் துறையில் ஆற்றலும், அறிவும் கொண்ட ஒரு வல்லுநர் தங்களுக்குக் கிடைத்திருப்பதை நிர்வாகம் புரிந்து கொண்டது.

ஆராய்ச்சி மற்றும் அபிவிருத்தித் துறையில் அவர் நிகழ்த்திய சாதனைகள், இன்றளவும் பலரை ஊக்குவிப்பதாய் இருக்கிறது.

இந்த உண்மைக் கதையில் இருந்து ஓர் உண்மையை நாம் அறிந்து கொள்ள முடியும். 'நம்முடைய முந்தைய தோல்விகளோ, நமது ஊனங்களோ நாம் பெறக்கூடிய வாய்ப்புகளைத் தடுத்து நிறுத்தி விடாது' என்பதே அது.

யார் அதிர்ஷ்டசாலி?

தனக்குக் கிடைத்த வாய்ப்புடன் கடுமையான உழைப்பையும் சேர்த்துக் கொண்டவர்தான் அதிர்ஷ்டசாலி. சும்மா கைகளைக் கட்டிக்கொண்டு ஒருவர் வேலை பார்க்கவோ, தொழில் நடத்தவோ, பணம் சம்பாதிக்கவோ முடியாது.

பிக்காஸோ உலகப் புகழ் பெற்ற ஓவியர். சில மணி நேரங்களிலேயே ஓர் ஓவியத்தை வரைந்து முடித்துவிடுவார். அவருடைய ஒவ்வோர் ஓவியத்திற்கும் கோடிக்கணக்கில் விலை இருக்கும். 'சில மணி நேரத்தில் ஒரு சிறந்த படைப்பை உருவாக்கி விடுகிறீர்கள். ரொம்பப் பெரிய விஷயம்' என்று பாராட்டினார் ஒரு ரசிகர். பிக்காஸோ சொன்னார், 'என்னுடைய நாற்பதாண்டு உழைப்பை நீர் பார்க்கவில்லை' என்று.

கடுமையான உழைப்பின் மூலமே சாதனைகள் நிகழ்த்தப்படுகின்றன. கோடிகள் குவிக்கப்படுகின்றன, சாதாரண மனிதர்களாலும் சரித்திரம் படைக்க முடிகிறது. உங்களுக்குக் கிடைக்கிற வாய்ப்புடன் கடுமையான உழைப்பையும் இணைத்துக் கொள்ளுங்கள்.

வாழ்வின் அவலமும் ஒரு வாய்ப்பு

ஆங்கில இலக்கியத்தில் தலைசிறந்த படைப்பாளிகளில் ஒருவர் சார்லஸ் டிக்கன்ஸ்.

A Tale of two cities, Pickwick Papers, Oliver Twist, David Copperfield, Great Expectations என்று சாகாவரம் பெற்ற படைப்புகளை அவர் வழங்கியுள்ளார்.

சார்லஸ் டிக்கன்ஸ் படைப்பாற்றல் மிக்கவர். சிறந்த கதை சொல்லி, தான் கண்டவைகளையும், அனுபவித்தவைகளையுமே அவர் நாவல்களாக்கினார்.

மனிதர்களின் உழைப்பையும், கண்ணீரையும் அவர்களுடைய துன்பங்களையும் துயரங்களையும் அவர் எழுத்தில் கொண்டு வந்தார். இந்த உலகம் காணத்தவறிய மற்றோர் உலகத்தை உலகோருக்குக் காண்பிக்கவே தம்முடைய எழுத்தை ஒரு வாய்ப்பாக அவர் பயன்படுத்தினார்.

படைப்புகள் அனைத்திலும் இப்படியொரு பின்னணி இருப்பதையும், படைப்பாளிகள் இத்தகைய செயலூக்கத்தை எங்கிருந்து பெற்றார்கள் என்பதையும் நீங்கள் காண முடியும்.

சார்லஸ் டிக்கன்ஸ் மாதிரி, பிக்காஸோ மாதிரி எழுச்சி மிக்க மனிதர்கள் எல்லாக் காலத்திலும், எல்லாத் துறைகளிலும் இருக்கவே செய்கிறார்கள். அவர்களிடம் இருந்து நாம் பெறுகிற உந்து சக்தியும் ஒரு வாய்ப்புதான்.

❖ ❖ ❖

14. தோல்விகள் தரும் வாய்ப்பு

லூதியானாவைச் சேர்ந்த சத்பால் மிட்டலின் மகன் சுனில் மிட்டலை உங்களுக்குத் தெரிந்திருக்காது. ஆனால், ஏர்டெல் நிறுவனத்தைத் தெரியாதவர் இருக்க முடியாது.

சுனில் தொடக்ககாலத்தில் உலோகக் கழிவுகளை இறக்குமதி செய்வதிலும், சைக்கிள் உதிரிபாகங்களைத் தயாரிப்பதிலும் ஈடுபட்டிருந்தார். பிறகு, ரோலிங் ஷீட் தயாரிப்பில் இறங்கினார்.

தொழிலை விரிவு செய்யும் பொருட்டு லூதியானாவில் இருந்து மும்பைக்கு மாறினார். அங்கே தொழில் நன்றாக நடந்தது. அதைத் தொடர்ந்து ஸ்டீல் வியாபாரத்தை டெல்லியிலும் விரிவுபடுத்தினார்.

இந்தியாவில் மின் விநியோகத் தட்டுப்பாடு ஏற்பட்ட போது, ஜப்பானில் இருந்து ஜெனரேட்டர்களை வரவழைத்து விற்றார். ஜெனரேட்டர்களுக்கு இருந்த வரவேற்பைக் கண்டு, சுஸுகி நிறுவனத்திடம் ஜெனரேட்டர் விற்பனைக்கான இந்திய உரிமையைப் பெற்றார்.

வீடுகளிலும், தொழிலகங்களிலும் ஜெனரேட்டர்கள் தேவைப்பட்டன. சந்தை வாய்ப்புகளுக்கேற்ப ஜெனரேட்டர்களை அதிக எண்ணிக்கையில் விற்பனை செய்தார் சுனில். சுஸுகியின் மிகப் பெரிய விற்பனையாளர் அவர்தான் என்கிற நிலை ஏற்பட்டது. அத்தனை செயல் வேகம் உடையவர் அவர்.

1980-களில் சுனில் கோடிகளைக் குவித்துவிட்டார். இந்தியாவிலேயே பிர்லா போன்ற பெரிய தொழில் நிறுவனங்கள் ஜெனரேட்டர் தயாரிக்கத் தொடங்கின. நம்முடைய அரசும் வெளிநாட்டு ஜெனரேட்டர்களை இறக்குமதி செய்ய தடை விதித்தது.

சுனில் தம்முடைய தொழிலை மாற்றியாக வேண்டிய கட்டாயம் ஏற்பட்டது.

சுஸுகி நிறுவனம் மாருதி கார்களைத் தயாரித்து விற்கத் தொடங்கிய போது, சுனிலுக்கும் விற்பனை உரிமை வழங்குவதாய் இருந்தது. ஆனால் அரசியல் செல்வாக்குள்ள வேறு நபர்கள் அந்த வாய்ப்பைத் தட்டிச் சென்றனர்.

பெரிய அளவில் பணம் குவிக்கக்கூடிய வாய்ப்பு பறிபோனதில் சுனிலுக்கு வருத்தம்தான்.

'இதை விட இன்னும் சிறந்த வாய்ப்பை நான் பெறுவேன்' சுனில் தமக்குள் சொல்லிக் கொண்டார்.

ஒரு சமயம் தைவான் சென்றிருந்த போது 'புஷ்பட்டன்' என்கிற தொலைபேசியைக் கண்டார். இந்தியச் சந்தையில் அந்த ஃபோனுக்கு நல்ல வரவேற்பு இருக்கும் என்று தோன்றியது. உதிரிபாகங்களை தைவானில் இருந்து வரவழைத்து, இங்கே ஃபோன்கள் தயாரித்தார். 'மிட் பிராவ்' என்று பெயரிட்டார் - மிட்டல் பிரதர்ஸ் என்பதன் சுருக்கம்.

இந்திய அரசு டெலிகாம் தொழில் துறையைத் தொடங்கியது. சுனில் மிட்டலின் பீடெல் (Beetel) நிறுவனம் அப்போது தொலைபேசிக் கருவிகளைத் தயாரித்து விற்றுக் கொண்டிருந்தது. தொடர்ந்து, அரசுக்கு பெரிய தொகை செலுத்தி, தொலைத் தகவல் தொடர்புத் துறையில் இறங்க உரிமம் பெற்றார்.

சுனில் மிட்டலின் 'ஏர்-டெல்' மும்பை தவிர்த்து இந்தியப் பெருநகரங்கள் அனைத்திலும் கிளை விரித்தது. அதன் பிறகு மும்பையும் கைக்கு வந்தது. ஐந்தே ஆண்டுகளில் தமது துறையில் 'நம்பர் ஒன்' இடத்தைப் பெற்றார் அவர்.

டெலிகாம் தொழிலில் காலடி வைத்தபோது உரிமக் கட்டணமாக ஒரு பெருந்தொகை செலுத்த வேண்டியிருந்தது. பலரால் அந்தத் தொகையைச் செலுத்த முடியவில்லை. நிறுவனங்கள் அரசுடன் வருவாயைப் பகிர்ந்து கொள்ளும் திட்டம் அப்போது அமலுக்கு வந்தது. அரசுக்கு செலுத்த வேண்டிய நிலுவைத் தொகைகளை செலுத்திய பிறகே அத்திட்டத்தில் யாரும் பங்கேற்க முடியும் என்கிற நிலை. அந்த நிலையைத் தனக்குச் சாதகமாக்கிக் கொண்டார் சுனில். தாம் கணக்கு வைத்திருக்கும் வங்கிகளுடன் பேச்சு வார்த்தை நடத்தி கணிசமான தொகையை அவர் பெற்றார். அவரால் மற்றவர்களுடைய உரிமங்களையும் வாங்க முடிந்தது. அப்படித்தான் 'ஏர்டெல்' பெரிய நகரங்களைக் கைப்பற்றியது.

முதலில் வலுவாகக் காலூன்றிக் கொள்வது, பிறகு அடுத்த நடவடிக்கையாக எதிர்த்துப் போரிடுவது. இதுதான் போட்டி நிறுவனங்களைச் சமாளிக்க சுனில் மிட்டல் தேர்ந்தெடுத்த போர் முறை.

தொடர்ந்து எதிரிடையான சூழ்நிலைகளைக் கடந்து முன்னேறிக் கொண்டிருக்கிறார் அவர்.

❖ ❖ ❖

15. என்னவெல்லாம் தேவைப்படும்?

தாமஸ் ஜோன்ஸ் என்கிற அறிஞர் கூறுவார், 'கடற்கரை ஓரத்தில் விளையாடும் குழந்தைகள் மணலைக் குவிக்கிறார்கள், பிடிபிடியாய் கையில் அள்ளுகிறார்கள். பிறகு ஒவ்வொரு துகளாய் அத்தனை மணலையும் கீழே விழும்படி செய்வார்கள். கடற்கரையில் அந்தக் குழந்தைகள் செய்வதைத்தான் ரொம்பப் பேர் வாய்ப்புகளிலும் செய்கிறார்கள் என்று. இது தெரிந்தே வாய்ப்புகளை நழுவ விடுவதற்குச் சமமாகும்.

ரீட்டா கூலிட்ஜ் என்பவர் வெகு அழகாய் சொன்னார், 'வாய்ப்புகள் வந்து உங்கள் வீட்டுக் கதவைத் தட்டத்தான் செய்கிறது.

ஆனால் நீங்கள் மேல் தாழ்ப்பாள், கீழ் தாழ்ப்பாள், குறுக்குக் கம்பி, கொக்கி, பூட்டு இவற்றை விடுவித்துக் கொண்டு கதவைத் திறக்கிற போது ரொம்பவே தாமதமாகிவிடுகிறது' என்று நீங்கள் எப்போதும் தயார் நிலையில் இருக்க வேண்டும் என்பதையே இது வலியுறுத்துகிறது.

எப்போதோ நடக்கக்கூடிய அல்லது நடக்காமலே இருந்துவிடக் கூடிய விபத்துகளைக் கருத்தில் கொண்டு தொழிற்சாலைகளில் தடுப்பு நடவடிக்கைகளை மேற்கொள்வார்கள். அதற்கான கருவிகளைத் தயார் நிலையில் வைத்திருப்பார்கள் இல்லையா.

வாய்ப்புகள் எப்படி இருக்கும், எப்போது வரும். வருமா அல்லது வராமலே இருந்துவிடுமா என்று ஆதாரமற்ற கருத்துகளை சிந்தித்துக் கொண்டிருப்பதை விட தயார் நிலையில் இருந்து வாய்ப்புகளை எதிர்கொள்வது நல்லது.

காலம் தீர்மானிக்கிறது

உலகப் புகழ் பெற்ற குத்துச் சண்டை வீரர் முகம்மது அலி, குத்துச் சண்டைப் பயிற்சியின் போது சோர்வும், வெறுப்பும் அடையாமல் இருக்க தனக்குத் தானே, "பொறு பயிற்சியை நிறுத்திக் கொண்டு விடாதே. இப்போது துன்பப்பட்டால் மிச்சமுள்ள வாழ்க்கை முழுவதும் ஒரு வெற்றி வீரனாய் இருக்க முடியுமே" என்று கூறிக் கொள்வார்.

மக்களில் பலரும் உடனடி பலனை அல்லது உடனடி திருப்தியை எதிர்பார்ப்பவர்களாகவே இருக்கிறார்கள். உடனடி திருப்தி என்பது, ஐஸ்க்ரீமைச் சுவைக்கிற மாதிரி, கொஞ்ச நேரத்துக்குத்தான் அந்த மகிழ்ச்சி நீடித்திருக்கும். ஐஸ்க்ரீமின் கடைசி விள்ளலோடு அது மறைந்து (கரைந்து) விடும்.

முகம்மது அலி போன்றவர்கள் களத்தை விட்டு வெளியேறி ஆண்டுக்கணக்கில் ஆகிறது. ஆனால், வெற்றியைத் திங்கள் வாழ்க்கை முறையாய் கொண்டிருந்ததால் அவர்களுடைய புகழ் நிலைத்திருக்கிறது.

நீங்கள் தயார்படுவதற்கு அதிக அவகாசம் தேவைப்பட்டிருக்கலாம். வளர்ச்சியை அடைவதற்கு ஆண்டுக்கணக்கில் போராடியிருக்கலாம். ஆனால் அதன் மூலம் மிகப் பெரிய செல்வத்தை, புகழை, நிலையான மகிழ்ச்சியை நீங்கள் அடைகிறீர்கள்.

'கற்பதற்கும், அடுத்த கட்டத்தில்
காலடி வைப்பதற்கும்
வெற்றி பெறுவதற்கும்
நிறைய அவகாசம் தேவைப்படும்.'

வெற்றி என்பது வேகமாய் குறுகிய தூரம் ஓடுகிற (Sprint) ஓட்டமல்ல, அது அதிக முயற்சி தேவைப்படுகிற தொலைதூர ஓட்டம் (Marathon) ஆகும்.

'காலம் சோதிக்கிறது, நிரூபிக்கிறது
நாம் யார் என்பதை!'

அமெரிக்காவின் மிகச் சிறந்த பேச்சாளர்களாகப் பெயர் பெற்றவர்கள் மூன்று பேர் - சக் டெம்பிள்டன், ப்ரையன் க்ளிஃபோர்டு மற்றும் பில்லி க்ரகாம். இவர்கள் மூவருமே சம காலத்தவர்கள் (1940-களில்), சொல்லாற்றல் மிக்கவர்கள்.

டெம்பிள்டன் - 'அமெரிக்காவின் தடையின்றிப் பேசும் திறன் கொண்ட சமயச் சொற்பொழிவாளர்' என்று அங்குள்ள நாளேடுகளால் பாராட்டப்பட்டவர்.

க்ளிஃபோர்டைப் பற்றி 'நூற்றாண்டுகளின் ஆற்றல் மிக்க பேச்சாளர்' என்று மக்கள் வியந்து பேசினர். அவருடையப் பேச்சைக் கேட்பதற்காக பன்னிரண்டு மணி நேரம் முன்பாகவே மக்கள் கூடி விடுவார்கள். அந்தக் காலத்தில் வேறெந்த பேச்சாளருக்கும் கூடாத கூட்டம் க்ளிஃபோர்டிற்கு கூடிவிடும். அவருடைய பேச்சு ஆன்மாவைத் தொடுவதாய் இருந்தது. தலைவர்கள் பலரும் அவரது பேச்சால் கவரப்பட்டார்கள்.

மாறாக, பில்லி க்ரகாமின்பால் மக்களுக்கு பெரிதாக ஈர்ப்பு இருந்திருக்கவில்லை. அவரை 'குண்டு பில்லி' என்று கேலி செய்தார்கள்.

1950-இல் டெம்பிள்டன் தமது சமயப் பணியை விட்டுவிட்டு வானொலி, தொலைக்காட்சி நிகழ்ச்சிகளுக்குச் சென்றார்.

1954-வாக்கில் க்ளிஃபோர்டு தமது குடும்பத்தை இழக்கும்படி ஆயிற்று. அதன் விளைவாக அவருடைய ஆரோக்கியம் சீர்குலைந்தது. சீக்கிரமே அவர் இறந்துபோனார். குடி அவருடைய உயிரைக் குடித்தது. தமது 35-ஆம் வயதில், ஒரு மலிவான தங்கும் விடுதியில் செத்துக் கிடந்தார் அவர்.

பத்து வருட காலத்தில் அந்த மூன்று பேரில் இரண்டு பேர் வாழ்க்கை புரட்டிப் போடப்பட்டுவிட்டது. அவர்களுள் எஞ்சியிருந்தது பில்லி க்ரகாம் மட்டுமே. அவருக்கு மதம் சார்ந்த அரசியல் சார்ந்த பின்னணி எதுவும் கிடையாது. ஆனாலும் மக்கள் மத்தியில் அவருக்கென்று ஒரு மதிப்பும், செல்வாக்கும் இருந்தது.

சவால்களில், பிரச்சனைகளில், வாய்ப்புகளில் எப்படி எதிர்ச் செயல் புரிய வேண்டும் என்பதைக் காலம் உங்களுக்குக் கற்பிக்கும். உங்களுக்குள் என்ன இருக்கிறதோ அது காலப்போக்கில் வெளிப்படும்.

'சிறிய கத்தி விரைந்து பாயும்
ஆனால் மேலோட்டமாகவே பதியும்.
பெரிய கத்தி நிதானமாகப் பாயும்
ஆனால் ஆழப் பதியும்'

வெற்றிக்கு வேண்டும் கால அவகாசம். மிகச் சிறிய வாய்ப்புகளில் நீங்கள் வைக்கிற நம்பிக்கை உங்களை மிகப் பெரிய வாய்ப்புகளுக்குத் தகுதியானவராக்கிவிடுகிறது.

கவனத்தைக் குவித்தல்

கவனத்தை ஒருமுகப்படுத்துதல் என்றால் என்ன? கவனத்தை வேறெதிலும் சிதறவிடாமல் குறிப்பிட்ட ஒன்றில் மட்டுமே குவிப்பது.

உங்கள் திறமையை வைத்து நீங்கள் இசைத் துறையிலோ, அறிவியல் துறையிலோ, விளையாட்டுத் துறையிலோ இடம் பெற்றிருப்பீர்கள். எனினும், உங்கள் கவனத்தை ஒருமுகப்படுத்துவதன் மூலம்தான் அந்தத் துறையில் ஒரு சிறப்பிடத்தைப் பெற முடியும்.

'நீங்கள் கவனம் செலுத்துகிற ஒன்றில்
கட்டாயம் முனனேறுவீர்கள்.'

நம்முடைய முன்னுரிமை (Priority) களை நாம்தான் தெரிவு செய்கிறோம். அவை தற்செயலாய் நிகழ்வதில்லை.

1990-களில் ஆஸ்திரேலியாவின் புகழ்பெற்ற பாடகர் ஜான் ஃபர்ன் ஹாம். மற்ற பாடகர்கள் உணர்ச்சிகரமாகப் பாடுவார்கள் என்றால் இவரோ உணர்ச்சியின் ஒட்டுமொத்த வடிவமாகவே மாறிவிடுவார். எப்பேர்க்கொத்த ஆற்றல், உணர்ச்சி வேகம்! தன்னுடைய வேலையில் தன்னை முழுமையாய் ஒப்புவித்துக் கொண்டவர் அவர். தன் வாழ்க்கையில் இசைக்கு முன்னுரிமையளித்தவர் ஜான். இசைத் துறையில் வளர்ச்சியும், வாழ்வில் வளமும் கிடைத்தது அவருக்கு.

ஜான் ஃபர்ன்ஹாமைப் போலவே நாமும் குறிப்பிட்ட ஒன்றிற்கு முன்னுரிமை அளிப்பதன் மூலம் முன்னேற முடியும்.

நீங்கள் செலவிடுகிற நேரம், செய்கிற முயற்சி, உங்களுடைய சிந்தனை இவற்றைக் கொண்டு நீங்கள் எதற்கு முன்னுரிமையளிப்பவர் என்பதைக் கூற முடியும்.

அழகான பூச்செடியை கொஞ்ச நாள் வரை தொடர்ந்து நீரூற்றி கவனத்துடன் பராமரித்தீர்கள். அந்தச் செடி நன்றாக வளர்ந்தது. பிறகு, அத்தனை ஆர்வம் இல்லாத காரணத்தால் நீரூற்றாமல், கவனிக்காமல் இருந்துவிட்டீர்கள்.

செடியின் வளர்ச்சி நின்றுவிடுகிறது. தண்டுப் பகுதி மெலிந்து இலைகள் சுருண்டு சீக்கிரமே நசிந்துவிடுகிறது. வியாபாரம், தொழில், குழந்தை வளர்ப்பு இப்படி எல்லாவற்றிலும் அதுதான்.

'கவனம் செலுத்தினால் வளர்ச்சி
கவனிப்பு இல்லாவிடில் வீழ்ச்சி.'

உங்கள் ஆதிக்கத்திற்குட்பட்டதன் மீது நீங்கள் கவனத்தை ஒருமுகப்படுத்தக் கற்றுக் கொள்ளுங்கள். நம் குடும்பம் நண்பர்கள் மற்றும் சமூகத்தின் மீது செல்வாக்கு செலுத்த நம்மால் முடிகிறது. அந்த வசீகர சக்தி நம்முடைய வலிமையில் இருந்து நமக்குக் கிடைக்கிறது. பெரும்பாலானவர்கள் தங்கள் வாழ்வின் வலிமையற்ற, திறமையற்ற (அல்லது குறைவான) பகுதிகளில் கவனத்தை ஒருமுகப்படுத்த முயல்கிறார்கள். விளைவு, தங்கள் ஆதிக்க சக்தியை அவர்கள் வீணடிக்கும்படியாகிறது. முடிவில், தோல்வி ஏற்படுகிறது.

உங்கள் கவனத்தை நீங்கள் ஒருமுகப்படுத்துகிற போது, அந்த மையப்புள்ளியில் உங்களுடைய ஆற்றல் முழுதும் குவிந்து மகத்தானவைகள் நிகழ்கின்றன.

நீங்கள் ஒரே நேரத்தில் இரண்டு படகுகளில் பயணிக்க முடியாது. ஏதாவது ஓர் இடத்தில் ஏதாவது ஒரு வேலையைத் தேர்ந்து கொண்டுதான் நாம் இயங்க முடியும்.

'மண்ணுயிர்க்கு அன்பர்' என்று இன்றளவும் போற்றப்படுகிற ஆல்பர்ட் சுவைட்சர் ஆப்பிரிக்காவில் லாம்பரீன் என்கிற காட்டுப் பகுதியில் மருத்துவ சேவையை மேற்கொண்டார். அன்னை தெரசா மக்கள் பணிக்காக இந்தியாவில் கொல்கத்தாவை தெரிவு செய்து கொண்டார்.

நீங்கள் ஒரு நேரத்தில் ஒரு வேலையில்தான் கவனத்தை ஒருமுகப்படுத்த முடியும். மைக்கேல் ஆஞ்செலோ சிற்பங்கள் செதுக்குவதிலும், தாகூர் தன்னை கவிதையிலும், பீத்தோவன் தன்னை இசையிலும் ஒருமுகப்-படுத்திக் கொண்டார்கள். அவர்களால் நேர்த்தியான ஒன்றை வழங்க முடிந்ததற்கும், தாங்கள் மேற்கொண்ட பணியில் புகழ்பெற முடிந்ததற்கும் அவர்களுடைய கவன ஒருமையே காரணம்.

நீங்கள் கவனத்தை ஒருமுகப்படுத்துங்கள். வெற்றி பெறுவீர்கள், சாதிப்பீர்கள். வாய்ப்புகளைப் பயன்படுத்துவதில் கவன ஒருமை அவசியம்.

நீங்கள் கவனத்தை ஒருமுகப்படுத்தினால் உங்கள் வாழ்வில் அடைய விரும்பியதை உங்களால் தெளிவாகக் காண முடியும், செய்ய விரும்பியதையும் எளிதாய் செய்து முடிக்க இயலும். நீங்கள் எதன் மீது குறிவைக்கிறீர்களோ அதைத்தான் வீழ்த்த முடியும்.

கூடுதல் உழைப்பு

சாதாரண அளவில் செய்கிற வேலைக்கு சாதாரண அளவிலேயே பலனும் கிடைக்கும். வழக்கமான செயல்முறையில் வித்தியாசம் காட்டுகிற போதுதான் நீங்கள் சாதனைகளை நிகழ்த்த முடியும். ஒரு சாதனையாளர் எப்படி மற்றவர்களிடமிருந்து வேறுபடுகிறார்? கூடுதலான அளவில் தம்முடைய அறிவை, திறமையை, உழைப்பை வெளிப்படுத்துவதன் மூலம்தான் அவர் தன்னை நிரூபிக்கிறார்.

'முந்தைய சாதனைகளை முறியடிக்க
நீங்கள் கூடுதலாய் உழைத்தாக வேண்டும்.'

ஒரு வாய்ப்பை முழுமையாய் பயன்படுத்தவும், அந்த வாய்ப்பில் இருந்து முழுமையான பலனைப் பெறவும் நீங்கள் கூடுதல் உழைப்பைச் செலவிட வேண்டியிருக்கும்.

நிர்வாகம் கவனித்துக் கொண்டேயிருக்கும் தங்கள் ஊழியர்களில் யார் வாங்குகிற ஊதியத்திற்கும் குறைவாக உழைக்கிறார், யார் வாங்குகிற ஊதியத்துக்கு ஏற்ப வேலை செய்கிறார், யார் தம்முடைய ஊதியத்தைக் காட்டிலும் கூடுதலாக உழைக்கிறார் என்பதை.

உங்கள் ஊதியத்தை விட உங்கள் உழைப்பின் விகிதம் கூடுதலாகவே இருக்கட்டும். கூடுதல் உழைப்பு ஒரு நாளும் வீண் போய்விடாது. அது உங்களுக்கு நற்பெயரை, பதவி உயர்வை, சம்பள உயர்வு போன்ற பல வெகுமதிகளைக் கட்டாயம் பெற்றுத் தரும்.

கூடுதலாக உழைப்பவர்களுக்கும் சோம்பேறிகளுக்கும் மிகப் பெரிய வித்தியாசம் இருக்கிறது. கூடுதலாய் உழைக்கக்கூடியவர்கள் வாய்ப்புகளைக் கைப்பற்றுகிறார்கள். வாய்ப்புகளின் முழுமையான பலனைப் பெறுவதோடு சிகரத்துக்கே சென்றுவிடுகிறார்கள். தொடர்ந்து வாய்ப்புகளைக் கண்டறிவதன் மூலமே அவர்கள் நம்ப முடியாத உயரங்களைச் சென்றடைவது. சோம்பேறிகள் கனவு காண்கிறார்கள், அவற்றைக் கொன்று போடுகிறார்கள் அவ்வளவே.

கூடுதலாய் உழைக்க முன் வருபவர்களிடம் சோம்பேறித்தனமோ, செயல் தாமதமோ (Procrastination) இருக்க முடியாது. அவர்களிடம் கனவும், நம்பிக்கையும், தொலைநோக்கும் இருந்தாக வேண்டும்.

வாய்ப்புகளைக் கண்டறிகிறவர் ஆர்வமுடையவராய் இருக்க வேண்டும். சோம்பேறித்தனத்துக்கு இடமளிக்கக் கூடாது.

கூடுதல் வேகம் காட்டியவர்கள்

மத்தியக் கிழக்கில் உள்ள ஜெருசலேம் சுமார் 1600 ஆண்டுகாலம் இஸ்லாமியர்களின் ஆளுகையில் இருந்தது.

முதலாம் உலகப் போரின் போது பொறுக்கியெடுக்கப்பட்ட 800 ஆஸ்திரேலிய வீரர்கள், அப்புனித மண்ணை விடுவிப்பதற்காக அங்கேச் சென்றனர்.

காஸா பீர்ஷியா - மத்தியக் கிழக்கில் துருக்கியர்களின் பலம் பொருந்திய கோட்டை. படையெடுத்து வரும் எதிரிகள் சினாய் பாலைவனத்தைக் கடந்துதான் கோட்டையை நெருங்க முடியும். சூரியன் கொஞ்சமும் கருணையற்ற விதத்தில் தன்னுடைய வெப்பத்தை வீசியடிக்கிற இடம் அது. அங்கே நடக்கிறவர்கள் தீயைக் கடக்கிற அனுபவத்தையே பெறுவார்கள்.

பாலைவனச் சூட்டில், தங்களின் தண்ணீர் இருப்பு குறைந்து பகைவர்கள் தாகத்தில் தவிக்கும் வரை துருக்கியர்கள் தாக்குதலில் ஈடுபட மாட்டார்கள். பகைவர்கள் தண்ணீரின்றி வறட்சியில் சாகத் தொடங்குகிற போதுதான் அவர்கள் எதிர்த் தாக்குதலை மேற்கொள்வார்கள்.

மத்தியக் கால குதிரைப் படைகளைப் போலின்றி, ஆஸ்திரேலிய வீரர்கள் குதிரைகளை விட்டிறங்கி, தரையில் நின்று போர் செய்வார்கள் என்பதே துருக்கியர்களின் எதிர்பார்ப்பு.

தங்கள் சகவீரர்களில் ஒருவரைக் கூட போரில் இழக்கக் கூடாது என்பது ஆஸ்திரேலிய குதிரைப் படையினரின் எழுதப்படாத கோட்பாடு.

கோட்டையில் குறி பார்த்து நிற்கும் துருக்கிய படை வீரர்களின் துப்பாக்கிகளையும், பீரங்கிகளையும் எதிர் நோக்கி அவர்களுக்கு இடையேயான (Flat) ஆறு கி.மீ. மணற்பரப்பைக் கடந்து வர வேண்டியிருந்தது.

சுயமாய் சிந்தித்து, சூழ்நிலைக்கேற்ப செயல்படும் திறமை உடையவர்கள் ஆஸ்திரேலிய வீரர்கள். அவர்கள் தங்களுக்குச் சாதகமான சூழ்நிலை எதுவென்பதைக் கண்டறிந்தனர்.

1917 அக்டோபர் 31-ஆம் தேதி அந்தி சாயும் நேரம் தங்கள் வாய்ப்பை அவர்கள் பயன்படுத்தினர். காற்றிலும் கன வேகமாய் அவர்கள் சாடி வந்தனர். கோட்டையில் இருந்தவர்கள் தங்களுடைய பீரங்கி நிலைகளை மாற்றவும் அவர்கள் அவகாசம் கொடுக்கவில்லை. துருக்கியரின் குண்டுகளும், துப்பாக்கி ரவைகளும் ஆஸ்திரேலியர்களின் தலைக்கு மேல் பறந்து சென்றது. அவற்றுக்கு இலக்காகாமல் அவர்கள் விரைந்து கோட்டையை நெருங்கினர். தங்கள் குதிரைகளின் முதுகோடு கவிழ்ந்த மாதிரி அவர்கள் சுடுகிற எல்லையைக் கடந்தனர்.

ஆஸ்திரேலிய வீரர்களின் வேகமும், விடாப்பிடியும் எதிரிக்கு திகைப்பை ஏற்படுத்தியது. அதற்கு முன் நடந்த பதினோரு போர்களில் ஐந்து ஐரோப்பிய நாடுகளின் கூட்டுப் படையால் சாதிக்க முடியாததை அவர்கள் சாதித்தனர். மாவீரன் நெப்போலியனிடமும் காணப்படாத போர் தந்திரத்தைக் கையாண்டு அவர்கள் வெற்றி பெற்றனர். 5800 பிரிட்டிஷ் போர் வீரர்களாலும் செய்ய முடியாததை அந்த 800 பேர் செய்து முடித்தனர்.

❖ ❖ ❖

16. தகுதியிருந்தால் தானே வரும்

பெஞ்சமின் ஃப்ராங்களின் உலகமறிந்த பெயர். பத்திரிகையாளர், விஞ்ஞானி, அரசியலில் நிபுணர் என்று அநேக சிறப்புகள் இவருக்கு.

அமெரிக்க பாஸ்டன் நகரில் 1706 ஜனவரி 17-இல் பிறந்தவர் பெஞ்சமின் ஃப்ராங்ளின்.

பள்ளிக்கூடத்தில் இவர் படித்தது இரண்டே வருடங்கள்தாம். அப்பா மெழுகுவர்த்தி, சோப் தயாரிப்பவர். பெஞ்சமின் பத்து வயதிலேயே அப்பாவுக்கும் பிறகு தமது அண்ணனுக்கும் வேலையில் உதவியாளராக இருந்தார். சிறு வயதிலேயே உண்மையை நேசிக்கிற, மனிதர்களுக்கு உதவுகிற சுபாவம் கொண்டவர் அவர்.

ஓர் அச்சுக்கூடத்தில் வேலை பார்த்த பெஞ்சமின் பிற்பாடு தாமே ஒரு பத்திரிகையை நடத்தினார். 'Poor Richard's Almanac' என்று பெயரிட்டார். பத்தாயிரம் பிரதிகளுக்கு மேல் விற்றது. 'Pennsylvania Gazette' என்ற ஒரு பத்திரிகையும் அவரால் வெளியிடப்பட்டது.

சொந்தமாக ஓர் அச்சுக்கூடத்தையும் அவர் நிறுவிக் கொண்டார். விஞ்ஞானம், தத்துவம், வரலாறு தொடர்பான நூல்களைத் தாமே முயன்று கற்றார். தலைமை மற்றும் சுய முன்னேற்றத்துக்கான கருத்துகளையும் அவர் உள்வாங்கிக் கொண்டார்.

1727-இல் ஜூண்டோ (Junto) என்கிற ஓர் அமைப்பை அவர் உருவாக்கினார். அறிவுத் தேடல் உள்ளவர்களுக்கான அமைப்பு அது.

பெஞ்சமின் ஃப்ராங்ளின் மின்சாரம் உற்பத்தி செய்யும் இயந்திரத்தையும், இடிதாங்கியையும் கண்டுபிடித்தார். படகுகளின் வேகத்தை முறைப்படுத்தும் கருவியைக் கண்டறிந்தார். பிரதியெடுக்கும் இயந்திரம் ஒன்றைத் தயாரித்தார். தெருக்களைச் சுத்தமாக வைத்துக் கொள்ள வேண்டும் என்ற விழிப்புணர்வை மக்களிடையே அவர்தான் ஏற்படுத்தினார். தெருக்களில் விளக்குக் கம்பங்களையும் அவர்தான் நிறுவினார்.

ராயல் கழகம் பெஞ்சமினை தங்கள் கழகத்தின் உறுப்பினராக்கிப் பெருமையுற்றது.

பென்சில்வேனியாவில் மருத்துவமனை ஒன்றின் கூட்டு நிறுவனராகவும் அவர் இருந்தார். குறிப்பிடத்தக்க மருத்துவக் கட்டுரைகளையும் அவர் எழுதியதுண்டு.

பெஞ்சமின் ஃப்ராங்ளின் பிரெஞ்சு, ஸ்பானிஷ், இத்தாலி மற்றும் இலத்தீன் மொழிகளில் பேசக் கற்றிருந்தார். நடமாடும் நூலகம் ஒன்றை இவர் அறிமுகப்படுத்தியிருக்கிறார்.

தொடர்ந்து பல விருதுகளும், கவுரவப் பட்டங்களும் இவருக்குக் கிடைத்தது. இவருடைய ஆக்க வளமுள்ள சிந்தனைகளுக்காகவே பல்கலைக்கழகங்கள் அவரைப் பாராட்டிச் சிறப்பித்தன.

இன்றுள்ள பென்சில்வேனியா பல்கலைக்கழகம் அவரால் தொடங்கப்பட்டதுதான்.

பெஞ்சமின் ஃப்ராங்ளின் அஞ்சல் துறை இயக்குநராக இருந்திருக்கிறார்.

அமெரிக்காவின் தூதுவராக பிரான்சிலும், இங்கிலாந்திலும் அவர் பணியாற்றியதுண்டு. அரசியல் வல்லுநர் என்ற முறையில் அவர் நிகழ்த்திய ராஜதந்திர சாதனைகள் குறிப்பிடத்தக்கவை.

பென்சில்வேனியா மாநிலத்தின் முதன்மைச் செயலாக்க அதிகாரியாக தொடங்கி அரசியல் சாசனத்தை உருவாக்கும் அமைப்பின் உறுப்பினர் பதவி வரை அவர் உயர்ந்தார்.

1751-இல் பென்சில்வேனியா சட்டமன்ற உறுப்பினராகி பதின்மூன்று ஆண்டுகள் பணியாற்றினார்.

அமெரிக்க ஐக்கிய நாடுகளின் உயர் சட்டப் பேரவை (Congress) யின் பத்து குழுக்களில் அவர் இடம் பெற்றார்.

ராயல் கழகத்தின் உறுப்பினராக இருந்ததோடு அதன் நிர்வாகிகளில் ஒருவராகவும் பணியாற்றியவர் அவர். ஐரோப்பாவின் முக்கிய அறிவுசார் அமைப்புகளில் அவர் உறுப்பினராக இருந்தார்.

பெஞ்சமின் ஃப்ராங்களின் அமெரிக்காவின் நலனுக்காக பிரான்சிலும், இங்கிலாந்திலும் பல அரும்பணிகளை ஆற்றியிருக்கிறார். அமெரிக்காவின் மிகச் சிறந்த ராஜதந்திரியாக அவர் போற்றப்பட்டார்.

அமெரிக்காவுக்காக அதி முக்கிய ஆவணங்கள் நான்கில் அவர் கையெழுத்திட்டிருக்கிறார்.

1. சுதந்திரப் பிரகடனம் (Declaration of Independence)
2. பிரான்சுடனான உறவு (Alliance with France)
3. இங்கிலாந்துடனான உடன்படிக்கை (Treaty with England)
4. அமெரிக்க ஐக்கிய நாடுகள் அரசமைப்புச் சட்டம் (Constitution of the United States of America)

எந்தவொரு சந்தர்ப்பத்திலும் எந்தவொரு தவறும் செய்யாமல் வாழ வேண்டும் என்று அவர் விரும்பினார், அப்படியே வாழ்ந்தார். சுய முன்னேற்றத்துக்கும் அறத்துணிவை (Moral courage) வளர்த்துக் கொள்ளவும் தம்முடைய இருபத்தியிரண்டு வயதிலேயே ஒரு செயல் திட்டத்தை அவர் வகுத்துக் கொண்டார்.

'நாம் இடைவிடாது முயன்றாலும் முழுமையை அடைவதற்கு நீண்டகாலம் ஆகும். வளர்ச்சி என்பது படிப்படியாகவே நிகழும், ஆனால் ஒரு முனைப்படுத்திய முயற்சி இருந்தால் கற்பனைக்கு எட்டாத செல்வ வளங்களை நாம் அடைய முடியும்' என்பது அவருடைய கருத்து.

தமது வாழ்க்கை நெடுகிலும் உயர்நிலையை அடைவதற்கான முயற்சிகளை அவர் மேற்கொண்டார். தம்மைத் தேடி வந்த அத்தனை சிறப்புகளுக்கும் தகுதியானவராக அவர் இருந்தார். பத்திரிகை, அச்சுத் தொழில், அறிவியல், அரசியல் என்று அநேக துறைகளிலும் தமது அறிவையும் திறமையையும் அவர் வளர்த்துக் கொண்டார்.

'தகுதியானவர்களைத் தேடி
வாய்ப்புகள் தாமே வரும்.'

பெஞ்சமின் ஃப்ராங்ளின் மிகச் சிறந்த மனிதர். இந்த மண்ணுலகில் தாம் வாழ்ந்த எண்பத்தி நான்கு ஆண்டு வாழ்க்கையில் வேறெவரும் அடைந்திராத உயரங்களை அவர் அடைந்தார்.

வாய்ப்புகள் கண் சிமிட்டி மறையும் முயற்சியற்ற, சோம்பேறிகளின் வாழ்வில். வாய்ப்புகள் காத்திருக்கின்றன கடின வழி கடந்து, கடுமையாய் முயன்று தன்னைக் கைப்பற்ற வரும் மனிதர்களுக்காக.

17. உங்கள் குறிக்கோளின் உயரம்

ஒரு வாய்ப்பைத் தவற விடுவதோடு எல்லாமே முடிந்துவிடுவதில்லை. அதுவே ஒரு புதிய தொடக்கத்தை ஏற்படுத்திவிடும்.

ஒரு வாய்ப்பை இழப்பதாலேயே எல்லா வாய்ப்புகளும் இழக்கப்பட்டதாகி விடாது.

தேவை இன்னொரு முயற்சி

ஆஸ்திரேலியாவில் க்ரெக் நார்மன் சிறந்த கோல்ஃப் (Golf) ஆட்டக்காரர். 1996-இல் அமெரிக்க ஓப்பனில் தாம் எப்படியும் வெற்றி பெற்றுவிடுவோம் என்று அவர் நம்பியிருந்தார். ஆனால், நினைக்கிறபடியே எல்லாம் நடந்துவிடுகிறதா என்ன? எதிர்பாராத விதமாக வெற்றி வாய்ப்பை அவர் இழந்தார். க்ரெக் நார்மனுக்கு 'வெள்ளைச் சுறா' என்று பத்திரிகைகள் பெயர் சூட்டியிருந்தன. அவருடைய ரசிகர்களுக்கும் அவர் வெள்ளைச் சுறாதான்.

யு.எஸ். ஓப்பனில் க்ரெக் நார்மன் தோற்றதும் செய்தித்தாள்கள் "வெள்ளைச் சுறாவிடம் வேகம் இல்லை" "சுறா நீந்த மறந்து, மூழ்கிக் கொண்டிருக்கிறது" என்றெல்லாம் கேலியாய் எழுதின.

க்ரெக் நார்மன் அதற்கெல்லாம் அசராமல் இப்படிப் பதிலளித்தார்.

'ஒரு முறை இழந்துவிட்டதாலேயே நான் எப்போதும் இழந்தவனாகிவிட மாட்டேன்' என்று.

விளையாட்டு வீரர்கள் தாங்கள் பங்கேற்கிற எல்லா பந்தயங்களிலுமே வெற்றி பெற்றுவிடுவதில்லை. சில போட்டிகளில் தோற்பதும் சிலவற்றில் வெற்றி பெறுவதும் உண்டு.

எனவே, ஒரு வாய்ப்பை இழக்கிற போது நீங்கள் வருந்த வேண்டியதில்லை. யார் கண்டது, அடுத்து வருவது முந்தைய வாய்ப்பை விட சிறந்ததாகவும் இருக்கக் கூடும்.

'நான் வாய்ப்பைத் தவறவிட்டேன்' என்று நீங்கள் சொல்லலாம். ஆனால் தரையில் சிந்திய பாலைப் போல் அது வீணாகிவிடுவதில்லை. நிச்சயம் அந்த வாய்ப்பை வேறொருவர் கைப்பற்றியிருப்பார்.

நீங்கள் வாய்ப்பைத் தவறவிட்டீர்கள் என்பதை விட சரியான நேரத்தில், சரியான இடத்தில் நீங்கள் இருந்திருக்கவில்லை என்பதே பொருத்தம். அடுத்த வாய்ப்பையேனும் நீங்கள் பெறுவதோடு முன்கூட்டியே தீர்மானித்துக் கொள்ளுங்கள். 'இந்த முறை நான் தவற விடமாட்டேன், தயார் நிலையில் இருப்பேன்' என்று.

பெவர்லி ஸில்ஸ் ஓர் இசைக் கலைஞர். உச்ச அளவில் குரலெடுத்துப் பாடுகிறவள். ரொம்பப் பேரின் தோல்வி பயம் குறித்து அவள் இப்படிக் குறிப்பிட்டாள்.

'நீங்கள் தோற்றுப் போகிற போது
வெற்றியை இழக்கிறீர்கள்.
நீங்கள் முயற்சி செய்யாவிட்டாலோ
உங்கள் முகவரியையே இழந்து விடுவீர்கள்.'

உங்கள் கனவு புதிய எல்லைகளைத் தொடுமளவு பெரிதாயிருக்கட்டும். உங்களுடைய முயற்சி தொடரட்டும். அதை ஒருபோதும் கைவிடாதீர்கள். உண்மையில் முயன்றும் அடைய முடியாமல் போவதை விட, முயலாமலே இருப்பதுதான் தோல்வி.

'இதனை விட்டுவிடலாம்' என்று தோன்றுகிற போதெல்லாம் சொல்லிக் கொள்ளுங்கள். 'அடுத்த தப்படியில், அடுத்த நிமிடத்தில் வெற்றி கிடைத்துவிடும்' என்று. விஞ்ஞானத் துறையிலும் சரி, தொழில் துறையிலும் சரி சலிப்புற்று, தம் முயற்சியைக் கைவிட்டவர்கள் பலர். அவர்கள் கைவிட்ட ஒன்றை அந்த இடத்திலிருந்து தொடர்ந்தவர்கள் மகத்தான வெற்றி பெற்றிருக்கிறார்கள். கிரகாம் பெல்லிற்கு முன் தொலைபேசியைக் கண்டுபிடிக்க முயன்றவர்கள் பலர். ரைட் சகோதரர்களுக்கு முன் விமானத்தை உருவாக்கும் முயற்சியில் ஈடுபட்டவர்கள் பலர்.

'போராடாமல் வளர்ச்சியில்லை
போராடாமல் வெற்றியில்லை
போராடாமல் பணமும், புகழும்
வந்து சேர்ந்துவிடாது.'

சொகுசுக் கப்பலில் பயணம் செய்வது சாதனையாகிவிடாது. அதில் சாகசம் எதுவும் இல்லை.

அடுத்தவருக்கு சாத்தியப்படாத ஒன்றை, அடுத்தவர் செய்யத் தயங்குகிற ஒன்றை துணிந்து மேற்கொள்வதுதான் சாகசம். போராடுவது என்பது அடையாமல் விடுவதில்லை என்கிற முனைப்பைக் கொண்டது.

முயற்சிக்கு ஏற்ற வாய்ப்புகள்

இது 1987 ஜூலை மாதத்தில் நடந்தது. குல்ஷன் ராய் தமது மனைவி உஜ்வலாவுடன் படகுப் பயணம் ஒன்றை மேற்கொண்டார். இருவருக்கும் படகிலேயே உலகைச் சுற்றிப் பார்க்கிற ஆசை. இங்கிலீஷ் கால்வாய், மத்தியதரைக் கடல், பசிபிக் கடல் என்று தங்கள் பயணப் பாதையை அவர்கள் திட்டமிட்டுக் கொண்டனர். இத்தனைக்கும் அந்தத் தம்பதிகளுக்கு நீச்சல் தெரியாது.

அட்லாண்டிக் கடல், கரீபியன் கடல் என்று ஆயிரக்கணக்கான மைல்கள் பயணம் செய்தனர். கனரித் தீவு, மெடியரா, பார்படாஸ் தீவு, புனேயர்ஸ், பனாமா, பாலினீசியன் தீவு என்று பல இடங்களுக்குச் சென்றனர். 1988 மார்ச் மாதத்தில் புயலை எதிர் கொண்டனர்.

பாலித் தீவு, ஜாகர்த்தா, சிங்கப்பூர் என்று சுற்றிவிட்டு ஸ்ரீலங்கா வழியாக கொச்சின் (இந்தியா) வந்தனர்.

அரிசி, பருப்பு மற்றும் டின் உணவு வகைகளைத்தாம் அவர்கள் எடுத்துச் சென்றனர். 15 மாதங்கள் அந்த குறுகிய படகில்தான் அவர்கள் முடங்கிக் கிடந்தனர். அவர்களுக்கிருந்த பொழுதுபோக்கு இசை கேட்பது. அவ்வப்போது பி.பி.சி.யில் செய்தி கேட்பார்கள்.

குல்ஷன்ராய் ஐ.ஏ.எஸ். தேர்வெழுதி சுங்க இலாகாவில் வேலை பார்த்தவர். கணவன் மனைவி இருவருக்குமே வீரதீர சாகசங்களில் அலாதிக் காதல். அவர்களுடைய படகுப் பயணத்துக்கு பட்ஜெட் பத்து இலட்சம் ரூபாய். படகின் விலை ஆறு இலட்சமும் அதில் அடக்கம்.

பயண ஏற்பாட்டிற்கு பொறுப்பேற்றவர்கள் மத்திய சுங்கத் தீர்வை, மனித வள மேம்பாட்டு அமைச்சகம், விளையாட்டுக் கழகம், ஏர் இந்தியா போன்றவை ஆகும்.

இந்தப் பயணத்தை மேற்கொண்ட போது குல்ஷன் ராய்க்கு வயது 46. அவருடைய மனைவியின் வயது 34.

மிகப் பெரிய முயற்சியுடையவர்கள் மிகப் பெரிய வாய்ப்புகளைப் பெறுகிறார்கள். மிகப் பெரிய மகிழ்ச்சி காத்திருக்கிறது போராடி வெற்றி பெறுபவர்ளுக்கு. மகிழ்ச்சி பொருளில் இல்லை. போராடிப் பெறுவதில் இருக்கிறது. தாமஸ் பக்ஸ்டன் (பிரிட்டனைச் சேர்ந்த சமூக சீர்திருத்தவாதி), 'சாதாரண திறமையுடன் அசாதாரண முயற்சியும் இருந்துவிட்டால் எல்லாமே அடையக் கூடியவைதான்' என்று கூறினார். ரொம்ப சரி.

தவறுகளில் இருந்து கற்றல்

மக்கள் மூன்று வழிகளில் கற்கிறார்கள். முதலாவது, அடுத்தவர் தவறுகளில் இருந்து கற்பது. இரண்டாவது, தங்கள் சொந்தத் தவறுகளில் இருந்து கற்பது. மூன்றாவது மேற்கண்ட இரண்டு முறைகளிலுமே கற்காமல் இருந்துவிடுவது.

அடுத்தவர் தவறுகளில் இருந்து கற்பதே சிறந்த முறை, ஒரு தவறால் ஏற்படும் விளைவுகள் அநேகம். அது தொழில் ரீதியாக மட்டுமல்ல, மனோரீதியாகவும் பாதிப்பை ஏற்படுத்தும். இழப்புகளில் வளர்ச்சி கெடும், வாழ்க்கை கெடும். நீங்கள் மற்றவர்களுடைய தவறுகளில் இருந்து கற்றுக் கொள்ளாவிட்டாலும் பரவாயில்லை. உங்களுடைய சொந்தத் தவறுகளில் இருந்தேனும் கற்றுக் கொண்டுவிடுங்கள். ஒருமுறை செய்தவற்றை மறுபடியும் செய்யாதீர்கள்.

செயல்முறையில் ஏற்படுவது மட்டும்தான் தவறு என்று எண்ணி விடாதீர்கள். வாய்ப்புகளை நழுவவிடுவதும் தவறுதான். எண்ணிப் பாருங்கள், 'நம் வாழ்க்கையில் இது வரை எத்தனை வாய்ப்புகளை நழுவவிட்டிருப்போம்' என்று.

உங்களுடைய ஒரு திட்டம் பலனளிக்காவிடில் உடனே மற்றொரு திட்டத்தை அங்கே இடம் பெறச் செய்யுங்கள். மாற்றுத் திட்டம் இல்லாவிடில் தோற்க நேரிடும். ரொம்பப் பேர் அப்படித்தான் தோற்றிருக்கிறார்கள். தொடர்ந்து முயன்றால்தான் புதிய திட்டங்களை - புதிய வாய்ப்புகளை உருவாக்க முடியும்.

இன்றைய உலகம் பத்து இருபது ஆண்டுகளுக்கு முன் இருந்தது போன்றதல்ல. புதிய கண்டுபிடிப்புகள், புதிய அணுகுமுறைகள், புதுப்புது செய்முறைகள் வந்துவிட்டன. இவற்றில் பழைய குறைபாடுகள் இல்லை. இவை திருத்தி அமைக்கப்பட்டவை.

பத்து ஆண்டுகளுக்கு முன் இருந்தவர்களை விட தற்போது நீங்கள் பல மடங்கு வாய்ப்புகளைப் பெற்றிருக்கிறீர்கள்.

குறிக்கோளை தாழ்த்திக் கொள்ளாதீர்கள்

நீங்கள் இருக்க விரும்பும் இடம் எது? உங்கள் எதிர்காலம் எப்படிக் காட்சியளிக்கிறது? உங்கள் கனவு என்ன? அங்கே எப்படிச் சென்றடைவது? இதற்கெல்லாம் பதிலாக அமையக்கூடியது குறிக்கோள் மட்டுமே. உங்கள் குறிக்கோள் உயர்வானதாக இருக்கட்டும். உங்களை நீங்களே குறைத்து மதிப்பிடாதீர்கள். உங்கள் குறிக்கோள் தாழ்வானதாக இருக்கக்கூடாது.

உங்களிடம் உள்ள செய்நுட்பம் (Mechanism) என்ன, திட்டம் என்ன? குறிக்கோளை நோக்கி உங்களை இட்டுச் செல்லக்கூடியது எது? இவற்றைக் கண்டுபிடியுங்கள், பயன்படுத்துங்கள்.

உங்களிடம் சரியான செய்நுட்பமும், தகுதியான சாதனமும் இருந்து விட்டால் உங்கள் குறிக்கோளை அடைவதில் நீங்கள் வெற்றி பெறுவீர்கள்.

பணம் வேண்டும் என்று எல்லாருமே ஆசைப்படுகிறார்கள். ஆனால், அதை அடைவதற்கான வழியைக் கண்டறியவோ, அதற்கான முயற்சியை மேற்கொள்ளவோ அவர்கள் தயாரில்லை. 'நிறையப் பணம் வேண்டும்' அதுதான் அவர்களுடைய கற்பனை, கனவு, விருப்பம் எல்லாம். அவர்களில் பலரும், உடனே பணம் பண்ணிவிட வேண்டும் எப்படியாவது பணத்தைக் கைப்பற்றி விட வேண்டும் என்று முனைகிறார்கள். குதிரைப் பந்தயம், லாட்டரி என்று குறுக்கு வழிகளில் இறங்குகிறார்கள், ஏமாறுகிறார்கள், தங்களைத் தாங்களே ஏமாற்றிக் கொள்கிறார்கள்.

நிறையப் பணம் சேர்க்கும் ஆசையை நிறைவேற்றிக் கொண்டவர்கள் பலர். நீங்கள் கொண்டிருக்கும் அதேக் குறிக்கோளை உங்களுக்கு முன்பே அவர்கள் கொண்டிருந்தார்கள். உங்கள் துறையில் சிறந்து விளங்குகிற ஒருவரை உங்களுடைய முன்மாதிரியாக (Role model)-க் கொள்ளுங்கள்.

பணத்தை உருவாக்கக்கூடிய ஒரு நிலையில் உங்களை நிலைப்படுத்திக் கொள்ளுங்கள். ஒரு வலுவான அடித்தளத்தை அமைத்துக் கொண்டு வருமானத்தைப் பெருக்கும் வழிவகைகளை மேற்கொள்ளுங்கள்.

உயர்ந்த ஒன்றுக்கு, உங்களை விட (உங்கள் தற்போதைய நிலையை விட) உயர்ந்த ஒன்றுக்குக் குறிவையுங்கள். நட்சத்திர மண்டலத்துக்குக் குறிவைத்தால்தான் மேக மண்டலத்தையேனும் எட்டுவீர்கள்.

'உயர்ந்த குறிக்கோள்
சிறந்த செயல் திட்டம்
உறுதியான முடிவுடன்
செயல்படுதல்.'

வேறென்ன வேண்டும் வெற்றியை உறுதிபடுத்திக் கொள்வதற்கு.

ஒலிம்பிக் பந்தயத்திற்கு தம்மை தயார் செய்து கொள்பவர்கள் தங்களுடைய விளையாட்டில் புதிய சாதனையை நிகழ்த்தத் துடிப்பார்கள். பயிற்சிக் காலத்தில் தங்களுடைய பயிற்சி நேரத்தைக் கூட்டிக் கொண்டேயிருப்பார்கள், தங்கள் செயல்திறனை அதிகரித்துக் கொள்வார்கள். உடலளவில் மட்டுமின்றி மனதளவிலும் தங்களைத் தயார்படுத்திக் கொள்வார்கள். எத்தனைக்கெத்தனை பயிற்சி கடினமாக இருக்கிறதோ அத்தனைக்கெத்தனை வெற்றி எளிதாகிவிடுகிறது.

மெலிண்டா கெய்ன்ஸ் ஃபோர்டு டெய்லர் (ஆஸ்திரேலியா) ஒலிம்பிக் வீராங்கனை. அவர் ஓடுவதற்கு பயிற்சி செய்கிற போது ஒரு கார் டயரையும் தன்னுடைய உடம்பில் கட்டிக் கொண்டு ஓடுவாராம். ஒரு மகத்தான குறிக்கோளை நோக்கிய ஓட்டமல்லவா அது !

நேரத்தைப் பயன்படுத்துதல்

வெற்றியாளர்கள், மற்றவர்கள் உறங்கும் நேரத்தில் தாங்கள் உறங்காமல் விழித்துக் கொண்டிருக்கிறார்கள். மற்றவர்கள் அயர்ந்து கிடக்கிறபோது இவர்கள் தங்களுடைய அடுத்த நாளைப் பற்றித் திட்டமிடுகிறார்கள். மற்றவர்கள் வீண் பேச்சிலும், வேடிக்கை நிகழ்ச்சிகளிலும் தங்கள் நேரத்தை ஊதாரித்தனமாக செலவழித்துக் கொண்டிருக்கிற போது இவர்கள் தங்கள் நேரத்தை ஆக்கப்பூர்வமாகப் பயன்படுத்துகிறார்கள். எல்லோருக்குமே இருபத்தி நான்கு மணி நேரம்தான் வழங்கப்பட்டிருக்கிறது. அதை முழுமையாகப் பயன்படுத்துகிறவர்கள் எத்தனை பேர் ? சிலரால் மட்டும் ஏன் அதிக விளைவுகளை ஏற்படுத்த முடிகிறது ? காரணம் இதுதான். மற்றவர்கள் நான்கு மணிநேரம் செய்கிற ஒரு வேலையை இவர்கள் ஒரே மணி நேரத்தில் செய்து முடித்துவிடுகிறார்கள். உங்களுடைய நேரத்தை நீங்கள் புத்திசாலித்தனமாகவும், ஆற்றல் மிக்க விதத்திலும் பயன்படுத்த வேண்டும்.

நேரம் பணத்தை விட ஏன் வாய்ப்புகளை விடவும் முதன்மையானது எனலாம். இழந்த பணத்தை மீண்டும் சம்பாதித்துவிடலாம், இழந்ததை விட சிறந்ததோர் வாய்ப்பை நீங்கள் மீண்டும் பெற்றுவிட முடியும். ஆனால், கடந்து சென்ற நொடியை நீங்கள் மறுபடியும் கையில் பிடிக்க முடியாது.

'உங்கள் நேரத்தைக் கொண்டு நீங்கள் என்ன செய்கிறீர்களோ' அதுதான் உங்கள் வாழ்க்கையைத் தீர்மானிக்கிறது, வெற்றிகளையும் தோல்விகளையும்.

நேரத்தைப் போலத்தான் வாய்ப்புகளும்.

ஒரு பத்து நிமிட போட்டோ செஷனுக்காக மணிக்கணக்கில் அலங்கரித்துக் கொள்கிறார்கள். முப்பது நிமிடம் பேசுகிற மேடைப் பேச்சுக்காக முழுமையாக ஒரு நாளை (அதற்கு மேலும்)ச் செலவிட்டு உரையைத் தயார் செய்கிறார்கள்.

ஒரு வாய்ப்பைக் கண்டறிவதிலும், ஆராய்வதிலும், திட்டமிடுவதிலும் எவ்வளவு நேரத்தை வேண்டுமானாலும் செலவிடலாம். உங்களுக்குக் கிடைத்த வாய்ப்பின் பொருட்டு, நீங்கள் செலவிடும் நேரம் அந்த வாய்ப்பின் பலனைத் தீர்மானிக்கும்.

18. வாய்ப்புகளும், முடிவெடுத்தலும்

'வாழ்க்கையின் விதியை விருப்பங்கள் தீர்மானித்துவிடாது. உங்களுடைய கனவை ஆசைகளால் நிறைவு செய்துவிட முடியாது. ஆனால் உங்கள் தேர்வாற்றல் (Choice) களால் உங்களது விதியையும், கனவையும் நீங்கள் 'உறுதி செய்துகொண்டுவிட முடியும். இது ஒரு பாடலின் சாரம். குளோரியா எஸ்டிஃபான் என்கிற பாடகி பாடிய பாட்டொன்றில் வருகிறது.

தேர்வுகளைப் பொறுத்தே வாழ்க்கை

தெரிந்தோ தெரியாமலோ ஒவ்வொரு நாளும் எண்ணற்றவைகளை நாம் தேர்வு செய்கிறோம். காலையில் எத்தனை மணிக்கு எழுந்து கொள்வது, என்ன சாப்பிடுவது, எந்த நிற உடையை அணிவது, அலுவலகத்தில் எந்தெந்த வேலைகளைச் செய்து முடிப்பது, மாலைப் பொழுதை எப்படிக் கழிப்பது இப்படி ஒவ்வொன்றிலும் நம் தேர்வு இருக்கிறது. நம்முடைய படிப்பு, வேலை, திருமணம் இவையும் நம் தேர்வுக்குட்பட்டவைதாம்.

'நம் தேர்வைப் பொறுத்ததுதான்
நாம் வாசிக்கிற புத்தகங்களும்,
நேசிக்கிற நண்பர்களும்.'

இங்கே இன்னொரு மறுக்க முடியாத உண்மையையும் குறிப்பிட வேண்டியிருக்கிறது. நிறைய பேர் எவ்விதத் தேர்வும் இல்லாமலே வாழ்கிறார்கள். வாழ்க்கையை அதன் போக்கில் விட்டு விடுகிறார்கள். காலத்திடமும், சூழ்நிலைகளிடமும் தங்களை அவர்கள் ஒப்படைத்துக் கொள்கிறார்கள். அவர்கள் எது குறித்தும் கவலைப்படுவதில்லை, மகிழ்ச்சி கொள்வதுமில்லை.

இன்று நீங்கள் இருக்கிற நிலை நீங்களாக தேர்வு செய்து கொண்டது. இந்த வெற்றி, பணம், புகழ், மகிழ்ச்சி இவை எல்லாமும் உங்கள் தேர்வுகளின் பலன். நீங்கள் தோல்வி, வறுமை, துயரம் இவற்றுக்கு உள்ளாகியிருப்பின் ஒன்று தேர்வு செய்திருக்க மாட்டீர்கள் அல்லது உங்கள் தேர்வுகள் தவறாகிவிட்டிருக்கும்.

நீங்கள் முடிவெடுக்கக்கூடியவராக இருக்க வேண்டும். உங்கள் முடிவெடுக்கும் ஆற்றலைக் கொண்டுதான் வாய்ப்புகளை நீங்கள் தேர்வு செய்யும்படி இருக்கும். தீர்மானிக்கும் திறனற்றவர் வாய்ப்புகளைத் தெரிவு செய்வதில் திண்டாடிப் போவார்.

சிறந்த முடிவுகளை எடுத்தவர் சிறந்த பலன்களைப் பெறுகிறார். மோசமான முடிவுகளை எடுத்தவர் மோசமான விளைவுகளையேச் சந்திப்பார்.

வளர்ச்சியை விரும்புகிறவர்கள், வளர்ச்சிக்கு வாய்ப்பில்லாத வேலையைத் தொடருவதில்லை. அந்த வேலையைத் தூக்கியெறிந்துவிட்டு, தங்கள் திறமையை முழுமையாய் வெளிப்படுத்தக்கூடிய வேறொரு வேலையைத் தேர்ந்து கொண்டுவிடுகிறார்கள்:

'நீங்கள் எடுக்கிற முடிவு, உங்கள் வாழ்க்கையின் போக்கையே மாற்றிவிடுகிறது.'

நீங்கள் எந்த நிலையில் இருந்தாலும் அதற்கு நீங்கள்தான் பொறுப்பு, முக்கியமாக உங்கள் நடத்தைக்கு. நாம் நடந்து கொள்ளும் முறையே நம் வாழ்வின் விளைவுகளைத் தீர்மானிக்கிறது. நம்முடைய சூழ்நிலைகளுக்கேற்ப முடிவெடுக்கவும், நமக்குத் தெரிந்திருக்க வேண்டும். ஒன்று மகிழ்ச்சி அளிக்கவில்லை என்றால் அதில் இருந்து மாறிவிடவும் வேண்டும்.

வாய்ப்புகளைக் கைப்பற்றுவதிலும், கையாளுவதிலும், ஏற்படும் தடைகளுக்கு மற்றவர்களைக் குறைச் சொல்லாதீர்கள். உங்களுடைய கவனக்குறைவு, ஆர்வமின்மை போன்றவையே அதற்குக் காரணமாயிருக்கும். உங்களிடமுள்ள குறைபாடுகளை மூடி மறைத்துக் கொண்டு மற்றவர்கள் மீது பழி போட்க் கூடாது. தன்னுடைய தவறை ஒப்புக்கொள்வதை விட, அடுத்தவரைக் குறை சொல்வது எளிதாய் தெரிகிறது.

பொதுவாகவே, பொறுப்பேற்கிற குணம் நம்மில் பலரிடம் இருப்பதில்லை. செயலுக்குப் பொறுப்பேற்றால் விளைவுகள் தவறாகிவிடும் நிலையில் அந்தத் தவறுகளுக்கும் பொறுப்பேற்க வேண்டுமே என்கிற அச்சம்.

உங்களை நீங்களே சில கேள்விகள் கேட்டுக் கொள்ளும்படி இருக்கும். அதனை சுய பரிசீலனை அல்லது சுய மதிப்பீடு என்று நீங்கள் கருதிக் கொண்டாலும் அது சரியே.

- ✓ என் வாழ்க்கையில் நான் மிகவும் விரும்புவது எது?
- ✓ என்னுடைய வாழ்க்கையில் நான் எதனை மிகவும் வெறுக்கிறேன்?
- ✓ செயலின் நிலையை மாற்றுவதற்கு நான் செய்ய வேண்டியது என்ன?
- ✓ நான் குறிக்கோளை அமைத்துக் கொள்ளத் தவறிவிட்டேனா?
- ✓ தவறான நபர்களுடன் பழகிக் கொண்டிருக்கிறேனா?
- ✓ தவறான நேரத்தைத் தேர்ந்து கொண்டேனா?
- ✓ என்னுடைய நிலைப்பாட்டில் உறுதியாக இல்லையா?
- ✓ எனக்குத் தேவையானதைக் கேட்டுப் பெறத் தவறிவிட்டேனா?

- ✓ என்னுள் இருப்பது அச்சமா? தயக்கமா?
- ✓ நான் செயல் தாமதம் செய்கிறேனா?

இந்தக் கேள்விகளுக்கெல்லாம் விடை காணுங்கள். உங்கள் வாய்ப்புகளை உறுதி செய்யும் தேர்வுகளுக்குப் பொறுப்பேற்றிடுங்கள்.

நாம்தானே காரணம்

இருபதாம் நூற்றாண்டின் தொழில் முன்னேற்றச் சிந்தனையாளர்களுள் குறிப்பிடத்தக்கவர் பீட்டர் ட்ரக்கர். 'உங்களுக்குக் கிடைக்கிற சரியான தகவல்கள் நீங்கள் எடுக்கிற முடிவைத் தகுதியானதாக்கும்' என்பார் அவர்.

நீங்கள்தாம் தெரிவு செய்கிறீர்கள் -

- ✓ உங்கள் வார்த்தைகளை,
- ✓ ஒத்துப்போவதை,
- ✓ சண்டை பிடிப்பதை,
- ✓ கனவுகளை,
- ✓ வேலையை,
- ✓ எப்படி உணர்வதென்பதை,
- ✓ எதிர் வினைகளை

மக்கள் உங்களை எப்படி நடத்த வேண்டும் என்று எதிர்பார்ப்பது வேறு, அவர்கள் நடத்துகிற முறை வேறு. தங்கள் சுபாவப்படி, தங்களுக்குத் தெரிந்த விதத்தில்தான் அவர்கள் நடந்து கொள்வார்கள்.

ஆனால் நீங்களோ, அவர்கள் உங்களை மதித்து நடக்கவில்லை என்று குறைபட்டுக் கொள்வீர்கள். சில சமயங்களில் இப்படித்தான் ஆகி விடுகிறது.

நாம், எதை நம்பக்கூடாதோ அதைக் கண்ணை மூடிக் கொண்டு நம்புவோம். எது நம்பத்தக்கதோ அதைத் துளியும் நம்பமாட்டோம். சமயத்தில் இப்படித்தான் ஆகிவிடுகிறது.

நம்மிடம் அருமையான கனவுகள் இருக்கும், நல்ல கருத்துகள் இருக்கும். ஆனால் எதிர்காலத்தை முறையாகத் திட்டமிடவோ, சிறப்பாகச் செயல்படவோ முடியாமல் போகும். காரணம் நாம் அற்பங்களில் ஆசை வைத்து, அற்பங்களிலேயே ஐக்கியமாகிவிடுகிறோம். நண்பர்களுடனான வம்பளப்புகள், கேளிக்கைகள், தொலைக்காட்சி நிகழ்ச்சிகள் இவற்றிலேயே நேரத்தின் பெரும் பகுதியை நாம் வீணடித்துவிடுகிறோம். முக்கியப் பணிகளுக்கு நேரம் இல்லாமல் போய்விடுகிறது. மனைவிக்கும் குழந்தைகளுக்கும் போதிய அளவு நேரம் ஒதுக்க முடிவதில்லை. நம்முடைய அன்றாட வாழ்க்கை நம்மை இயந்திரமயமாகிவிட்டது.

நீங்கள் மாறுவதற்கு முடிவெடுங்கள். இல்லையேல், பிரச்சினைகள் தீராது, நிதி சார்ந்த சீர்கேடுகளும் அப்படியேதான் இருக்கும். தவறான முடிவு, தாமதமாக எடுக்கப்படுகிற முடிவு, முடிவெடுக்காமலே இருப்பது இவையெல்லாம் உங்கள் நிலைமையை மேலும் மோசமாக்கிவிடும். முடிவெடுக்கத் தெரிந்தால்தான் வாய்ப்புகளைத் தேர்வு செய்யவும், கையாளவும், அவற்றில் இருந்து முழுமையான பலனைப் பெறவும் முடியும். ஆக, முடிவெடுத்தலுக்கும் வாய்ப்புகளுக்கும் உள்ள தொடர்பை அறிந்து கொண்டீர்கள்.

டேவிட் லிவிங்ஸ்டன் மனிதனின் காலடிபடாத இடங்களைத் தேடிச் செல்பவர், தமது ஆய்வுப் பயணங்களில் கண்ட அரிய உண்மைகளை உலகிற்கு வழங்கியவர். 'எனது முன்னேற்றத்துக்கு உதவக்கூடிய எந்த இடத்துக்கும் நான் செல்லத் தயார் என்பார் அவர்.

உங்கள் எதிர்காலம் எப்படி இருக்க வேண்டும் என்பதைத் தீர்மானியுங்கள். உங்களை முன்னோக்கிக் கொண்டுச் செல்லும் வாய்ப்புகளைத் தேர்வு செய்யுங்கள்.

லிவிங்ஸ்டன் மனித சஞ்சாரமற்ற இடங்களுக்கு விரும்பிச் செல்வார் என்று குறிப்பிட்டோம்.

நீங்கள் அடுத்தவர் செய்யாததைச் செய்யப் பாருங்கள்.

எல்லாவற்றுக்கும் -

'இன்னொரு கோணம்,
இன்னொரு தீர்வு,
இன்னொரு செயல்முறை,
இன்னொரு அணுகுமுறை இருக்கிறது.'

நீங்கள் வித்தியாசமாக ஏதாவது செய்தாலன்றி உங்கள் வாழ்க்கை மாறப் போவதில்லை.

'இதுவரை அடைந்திராத ஒன்றை
நீங்கள் அடைய விரும்பினால்
இதற்குமுன் செய்திராத ஒன்றை
நீங்கள் செய்ய வேண்டியிருக்கும்.'

உங்கள் வாய்ப்புகள் தகுதியானவையாயிருந்தால், அவற்றை நீங்கள் சரியான முறையில் கையாண்டிருந்தால், உங்களுடைய வாழ்க்கையில் சிறந்த மாற்றங்கள் ஏற்பட்டிருக்கும். ஓர் ஐந்து, பத்து ஆண்டுகளுக்கு முன் நீங்கள் எதிர்கொண்ட அதே பிரச்சினைகளை, பொருளாதார நெருக்கடிகளைத் தற்போதும் நீங்கள் எதிர்கொள்கிறீர்கள் என்றால் உங்கள் வாழ்க்கை மாறவில்லை என்று அர்த்தம். நீங்கள் தகுந்த வாய்ப்புகளைத் தேர்வு செய்யவில்லை அல்லது வாய்ப்புகளைத் திறம்படக் கையாளவில்லை என்றேயாகும். மாற்றங்களை வரவேற்றிடுங்கள். மாறத் தயாராயிருங்கள்.

மாறத் தயங்குகிறவர் ஒரு வாய்ப்பைக் காண்கிறார். மாறத் தயாராயிருப்பவரோ நூறு வாய்ப்புகளைக் காண முடிகிறது.

நடிகை பார்பரா ஸ்ட்ரெய் சாண்ட் தமது குழந்தைப் பருவத்திலேயே பாடகியாக வேண்டும் என்று கனவு கண்டார். நீல் ஆர்ம்ஸ்ட்ராங் சிறு வயதிலேயே வானத்தில் பறந்து செல்லக் கனவு கண்டார்.

பார்பராவால் ஆலிவுட்டில் புகழையும், பொருளையும் குவிக்க முடிந்தது.

நீல் ஆர்ம்ஸ்ட்ராங்கினால், 'நிலவில் காலடி வைத்த முதல் மனிதன் என்ற பெருமையைப் பெற முடிந்தது. தங்கள் கனவை நனவாக்கும் முயற்சியை அவர்கள் விடாப்பிடியாகத் தொடர்ந்தார்கள். வேறென்ன வேண்டும் வெற்றிக்கும், சாதனைக்கும் ?

உலகத்துக்கு நீங்கள் பணியாற்ற விரும்பினால் அதற்கு எத்தனையோ வழிகள் இருக்கின்றன.

நெப்போலியன் ஹில் (நம்பிக்கை எழுத்தாளர்) எழுத்தைக் கையிலெடுத்தார்.

நார்மன் வின்சென்ட் சுய முன்னேற்றப் பேச்சாளரானார்.

ராபர்ட் ஷூல்லர் சமயச் சொற்பொழிவுகள் செய்தார்.

அன்னை தெரசா சமூகசேவையில் இறங்கினார்.

ஆண்ட்ரூ கார்னகி, ராக்பெல்லர் போன்றவர்கள் தொழில் மூலம் நிறைய சம்பாதித்து, தாங்கள் சம்பாதித்ததில் பெரும் பகுதியை அறக்கட்டளைகள் மூலம் மக்களுக்கு உதவினர்.

நம் ஊரில் கிருபானந்த வாரியார் இருந்தார். தற்போது சாலமன் பாப்பையா, சுகி. சிவம் போன்றவர்கள் இருக்கிறார்கள். நல்ல கருத்துகளை இவர்கள் மக்களிடம் எடுத்துச் சொல்கிறார்கள்.

இன்று தெரசா இல்லை. 'உதவும் கரங்கள்' வித்யாசாகர் போன்றவர்கள் உண்டு.

இங்கே டாட்டா போன்றவர்கள் அறக்கட்டளை நிறுவி கல்வித் தொண்டு செய்து வருகிறார்கள்.

'இன்ஃபோசிஸ் நாராயண மூர்த்தி, 'விப்ரோ' அசிம் பிரேம்ஜி போன்றவர்கள் தங்கள் தொழில்கள் மூலம் ஆயிரமாயிரம் பேர்களுக்கு வேலை வாய்ப்பை ஏற்படுத்திக் கொண்டிருப்பதும் கூட ஒரு சமுதாயப் பணிதான்.

❖ ❖ ❖

19. சாதனை நாயகன்...

1970-களின் முற்பகுதியில் இந்தியாவில் மருத்துவ வசதிகள் ரொம்பக் குறைவாகவே இருந்தன. சொல்லப்போனால் உலகின் வளர்ந்த நாடுகளில் உள்ளதை விட ரொம்ப மோசம்.

காரணம், திறமையான மருத்துவர்கள் பலரும் வெளிநாடுகளுக்கு சம்பாதிக்கச் சென்றுவிட்டனர். அமெரிக்கா, இங்கிலாந்து போன்ற நாடுகளில் அவர்களால் நிறைய சம்பாதிக்க முடிந்தது. இந்திய மருத்துவமனைகளில் குறைவான ஊதியம் என்கிற போது எத்தனை பேர் ஆர்வமும், அக்கறையும் கொண்டு பணியாற்ற முன் வருவார்கள்?

இந்தியாவில் அனைத்து வசதிகளுடன் கூடிய மருத்துவமனையை உருவாக்க வேண்டும், அது சிறந்த முன்னுதாரணமாய் விளங்க வேண்டும் என்று விரும்பினார் டாக்டர் பிரதாப் ரெட்டி. அவருடைய விருப்பத்தின் வெளிப்பாடுதான் அப்போலோ மருத்துவமனை.

1932-இல் சித்தூர் மாவட்டம் அரகோண்டா (ஆந்திரம்) கிராமத்தில் பிறந்தவர் பிரதாப் ரெட்டி. வசதியான குடும்பப் பின்னணி இருந்தது.

சென்னை ஸ்டான்லி மருத்துவக் கல்லூரியில் பட்டம் பெற்ற ரெட்டி, அமெரிக்காவில் இருதய சிகிச்சை தொடர்பான பட்டமும் பெற்றார். அங்கே மிசௌரி மாநில மருத்துவமனையில் பணியாற்றினார். பத்து வருடங்களுக்கு மேல் அங்கே பணியாற்றிய பின், தமது தந்தையின் விருப்பத்துக்கிணங்க இந்தியா திரும்பினார்.

இங்கே நடுத்தர வகுப்பைச் சேர்ந்தவர்கள் தரமான மருத்துவ வசதிகளைப் பெற மிகவும் சிரமப்படுவதை அவர் கண்டார். தங்கள் வங்கியிருப்பையும், நகைகளையும், சொத்துக்களையும் கூட அவர்கள் இழக்க வேண்டியிருந்தது. தரமான மருத்துவ சிகிச்சையை எல்லாருக்கும் குறைந்த செலவில் கிடைக்கச் செய்வது என்று டாக்டர் பிரதாப் ரெட்டி முடிவெடுத்தார்.

இங்கிருந்து ஒருவர் அமெரிக்கா சென்று இருதய அறுவை சிகிச்சை செய்து கொள்ள அந்த நாளிலேயே பத்து பன்னிரண்டு இலட்ச ரூபாய் செலவிடுவதையும் அவர் அறிவார்.

பிரதாப் ரெட்டியின் முதல் மருத்துவமனை சென்னையில் கட்டப்பட்டது. நான்காண்டு காலத்தில் அதைக் கட்டி முடித்தார்.

அப்போலோவில் யார் வேண்டுமானாலும் சிகிச்சை பெற முடியும். மலிவான கட்டணத்தில் அல்லவென்றாலும் எல்லாருக்கும் இயலக் கூடிய கட்டணம் என்பது குறிப்பிடத்தக்கது.

தரமான சிகிச்சை, உடல்நலம் பேணுதல், நோய்க்குப் பிந்தைய கவனிப்பு இவற்றுக்கு 'அப்போலோ' நிர்வாகம் உத்தரவாதமளிக்கிறது.

இன்று அப்போலோ 60,000-ற்கும் மேற்பட்ட பங்குதாரர்களின் முதலீட்டைக் கொண்ட நிறுவனம். ஆண்டு வருமானம் ஆயிரம் கோடிகளில். தற்போது உலகெங்கிலும் மத்திய கிழக்கு நாடுகள், இங்கிலாந்து, அமெரிக்கா உட்பட இருபதுக்கும் மேற்பட்ட மருத்துவமனைகள்.

அப்போலோ மருத்துவமனை நட்சத்திர ஓட்டலைப் போன்று சகலவசதிகளும் கொண்டதாய் நடத்தப்படுகிறது. ஆனால் செலவு குறைவு. முதலாம் உலக நாடுகளில் உறுப்பு மாற்று சிகிச்சைக்கு வசூலிக்கப்படும் கட்டணத்தில் பத்து சதவீத அளவே பெற்றுக் கொண்டு அப்பல்லோவில் உறுப்பு மாற்று சிகிச்சை அளிக்கப்படுகிறது.

டாக்டர் ரெட்டி அப்போலோவை உருவாக்கும்போது அதனை ஒரு தொழில் வாய்ப்பாகக் கருதவில்லை, மக்களின் ஆரோக்கியத்தை, வாழ்க்கையை மீட்டெடுத்துத் தருவதற்கான ஓர் அரிய வாய்ப்பாகவே கருதினார். அத்துடன் இந்திய மருத்துவர்களின் சிறப்பறிவும், திறமையும் இந்திய மக்களுக்கு பயன்படும்படியான வாய்ப்பாகவும் அது அமைந்தது.

ரெட்டியின் அப்போலோ கனவு மேலும் மேலும் விரிவடைந்தபடி இருக்கிறது. 'எங்களுக்காகவும் நிறுவனத்துக்காகவும் போதிய அளவு செயல்பட்டாயிற்று. தேசிய அளவில் நலப் பராமரிப்பை விரிவுபடுத்த வேண்டும். அப்போலோவை உலகின் நலப் பாதுகாப்பு இலக்காகச் செய்ய வேண்டும்' என்கிறார் அவர்.

❖ ❖ ❖

20. தடைகளை மீறி...

முன்னேறிச் செல்பவர்களை ஏதோ ஒன்று முதுகுப் பக்கம் பிடித்திழுக்கிறது. ஏதோ ஒன்று அவர்கள் அடுத்த அடியை எடுத்து வைக்கவிடாமல் தடுக்கிறது. இடையூறு என்றும், தடை என்றும் சொல்வார்கள். இவற்றையெல்லாம் கடந்துதான் ஒருவர் தன்னுடைய குறிக்கோளை நோக்கிச் செல்ல வேண்டியிருக்கிறது.

வாழ்க்கை ஒன்றும் ராஜபாட்டையல்ல, நீங்கள் பாட்டுக்கு எதைப் பற்றியும் கவலைப்படாமல் போய்க்கொண்டு இருப்பதற்கு.

வெற்றிக்குத் தடையாகும் பழக்கங்கள்

விளையாட்டு வீரர்களில் சிலர் புகை, மது, போதை மருந்துக்கு அடிமையாகி வெற்றிப் பாதையில் இருந்து தடம் புரண்டிருக்கிறார்கள். கலையுலகிலும் பலர் இத்தகையப் பழக்கங்களால் முகவரியை இழந்து இருக்கிறார்கள். தொழில் உலகில் பிரச்சனைகளைச் சமாளிக்க முடியாமல், கடன் சுமை தாளாமல் மளமளவென்று சரிவைச் சந்தித்தவர்கள் உண்டு. இவர்கள் தடைகளைக் கண்டு தயங்கியவர்கள், தங்கள் திறமையின் மீது நம்பிக்கை இல்லாதவர்கள். முயற்சியை பாதியில் கைவிட்டவர்கள்.

பேட்டி கெடலானோ - தொலைதூர ஓட்ட வீராங்கனை. அளவில்லாமல் தின்று வைப்பது, கணக்கில்லாமல் சிகரெட்டை ஊதித் தள்ளுவது என்று தனக்குத்தானே கேடுகளை உண்டாக்கிக் கொள்ளும் பழக்கங்கள் இவரிடம் இருந்தன. ஆனால் ஒலிம்பிக்கில் பங்கேற்கும் ஆசை வந்ததுமே, இந்த வேண்டாத பழக்கங்களை நிறுத்தி, உடம்பைக் குறைக்கும் பயிற்சிகளை மேற்கொண்டார்.

உங்களுக்கும் நல்ல சந்தர்ப்பங்கள் வாய்க்கும். உங்கள் வாய்ப்புக்குத் தடையாகிற எதையும், தயங்காமல் உதறித் தள்ளுங்கள்.

தாமஸ் ஆல்வா எடிசன் மிகப் பெரிய விஞ்ஞானி, எண்ணற்ற கண்டுபிடிப்புகளை நிகழ்த்தியவர். ஆனால் சிறு வயதில் இவருடைய தந்தை இவரை 'மந்தபுத்திக்காரன்' என்றுதான் அழைப்பார். எடிசனின் வகுப்பு ஆசிரியர் 'உருப்படாத கேஸ்' என்று ஆசீர்வதித்திருக்கிறார்.

மோட்டார் மன்னன் ஹென்றி ஃபோர்டு உயர்நிலைப் பள்ளிப் படிப்பை முழுசாய் முடிக்கவில்லை.

உலகின் நெம்பர் ஒன் ஆசாமிகள் எல்லாருக்குமே இப்படி ஏதோ ஒன்று இடையூறாக இருந்திருக்கிறது.

'எனக்கு உடல் சார்ந்த குறைபாடுகள் இருக்கிறதே' என்று வருந்தினார் ஹெலன் கெல்லர்.

'தோற்கிறது என்னோட ராசியா போச்சு' என்பார் ஆபிரகாம் லிங்கன்.

'நான் சிறுமியாக இருந்த போதே தவறாக பயன்படுத்தப்பட்டவள் என்பார் ஆப்ராவின்ஃப்ரே.

'என்னுடைய்க் கனவை யாரும் புரிஞ்சுக்கலையே' என்று குறைபடுவார் வால்ட் டிஸ்னி.

ஆனால் இவர்களிடம் இருந்த குறையோ, இவர்களுக்கு நேர்ந்த தடையோ எந்த விதத்திலும் இவர்களுடைய வளர்ச்சியைப் பாதித்து விடவில்லை. எல்லையற்ற மன உறுதியோடும், முயற்சியோடும் இவர்கள் மேலெழுந்தார்கள்.

ஹெலன் கெல்லர் உலக அளவில் புகழ்பெற்ற பெண்மணியாவார். ஆபிரகாம் லிங்கன் அரசியலில் பிரவேசித்து, அமெரிக்க குடியரசுத் தலைவரானார். ஆப்ராவின்ஃப்ரே தொலைக்காட்சிப் பிரபலமானார். வால்ட் டிஸ்னி தம்முடைய 'டிஸ்னிலாண்ட்' மூலம் தாம் சிறந்த படைப்பாளி என்பதை நிரூபித்தார்.

இவர்களெல்லாம் தடைகளைக் கண்டு சோர்ந்துவிட்டிருந்தால் தங்கள் வாழ்வில் பல உயரங்களை எட்டியிருக்க முடியாது.

அச்சமும் ஒரு தடை

அச்சம் என்பது திகிலூட்டுகிற ஒன்று. பயில்வான் மாதிரி உடம்பை வைத்துக் கொண்டு இருட்டில் போகப் பயப்படுவார்கள். சிலருக்கு இரத்தத்தைக் கண்டாலே மயக்கம் வந்துவிடும். உருட்டல் மிரட்டலாக பேசினாலும், கரப்பான் பூச்சிக்கு பயப்படுகிற பெண்கள் உண்டு.

அச்சம் உங்களை நம்பிக்கையிழக்கச் செய்துவிடும். கடந்து செல்லும் வாய்ப்பைக் கைப்பற்ற துணிச்சல் இருக்காது.

அச்சம் தாழ்வு மனப்பான்மையை ஏற்படுத்தும், புறக்கணிக்கப்பட்ட உணர்வைத்தரும்.

'நாம் ஒதுக்கப்படுவோம்' என்கிற அச்சம் நிறைய பேர்களுக்குண்டு. ஒதுக்கப்படுகிற உணர்வு நாம் குழந்தையாக இருக்கும்போதே தொடங்கிவிடுகிறது. படிக்கிறபோதும், விழாக்களின்போதும் கடைசி இருக்கைகளைத் தேர்ந்து கொள்ள இதுவும் ஒரு காரணம்.

நாம் ஒதுக்கப்படுவோம் என்கிற அச்சம் எப்போதாவது எட்டிப் பார்த்தால் பரவாயில்லை. ஆனால் அது நம் வாய்ப்பின் ஆற்றலை விட பெரிதாகி விட்டால் பிரச்சினைதான்.

தடைகளைத் தகர்த்தெறியுங்கள்

உங்கள் இடையூறுகளை எப்படி எதிர்கொள்வது, தடைகளை எப்படி அகற்றுவது என்று சிந்தியுங்கள். 'என்னுடைய வாய்ப்புகளை நான் நழுவ விடமாட்டேன்' என்று உங்களுக்குள் சொல்லிக் கொள்ளுங்கள்.

உங்கள் குடும்பத்தினரும், நண்பர்களும், சக அலுவலர்களும் உங்களைத் தங்கள் வழிக்கே கொண்டுச் செல்லப் பார்ப்பார்கள். 'ஓ! இது உனக்கு சரிப்பட்டு வராது' 'உன்னால் முடியாத காரியம்' என்று சொல்லி உங்கள் நம்பிக்கையைக் குறைப்பார்கள். வார்த்தைகளால் கட்டிப் போடுவார்கள். நீங்கள் உணர்வு ரீதியால் சிறைப்படுவீர்கள்.

ஒன்றை நினைவில் கொள்ளுங்கள், 'உங்களுடைய கனவுகள், ஆசைகள், நோக்கங்கள் பற்றியெல்லாம் யாரும் கவலைப்படுவதில்லை. அவர்களுடைய பிடியில் நீங்கள் இருக்க வேண்டும் என்கிற ஒரே எண்ணம்தான் அவர்களுக்கு.

'அன்புக்குக் கட்டுப்படலாம் - ஆனால்
ஆதிக்கத்திற்குட்பட்டுவிடக் கூடாது.'

தளையற்றவராயிருங்கள், தடையற்றவராயிருங்கள். சுயேச்சையாக சிந்தியுங்கள், செயல்படுங்கள். உங்கள் கனவுகளை நனவாக்கும் வாய்ப்புகள் கையருகில்!

அத்தனை தடைகளையும் மீறி அடைவதே வெற்றி!

21. வாய்ப்புகளை மகத்தான வெற்றியாக மாற்றியவர்

மற்றவர்கள் காணத் தவறிய ஒன்றைக் காண்பதுடன் அவர்கள் செய்யத் தயங்குகிற செயலைச் செய்து முடிப்பவர்களை உலகம் வியந்து போற்றும். காரணம், அவர்களிடம் வியக்கத்தக்க ஏதோ ஒன்று இருப்பதுதான்.

ஒருவரிடம் அது செயல் வேகமாக இருக்கும். இன்னொருவரிடம் அது ஆக்கத்திறனாகவோ, துணிவாகவோ இருக்கும். இம்மூன்றின் கலவைதான் ஸ்பீல்பெர்க் என்கிற ஹாலிவுட் கலைஞன்.

1947 டிசம்பர் 18-இல், ஓஹியோ (அமெரிக்க) மாநிலத்தில் உள்ள சின்சினாட்டியில் பிறந்தவர். வால்ட் டிஸ்னியைத் தம்முடைய மானசீக குருவாகக் கொண்டவர் இவர்.

வீட்டில் இருந்த ஒரு 8 எம்.எம். கேமரா படம் எடுப்பதற்கான அகத்தூண்டலை இவருக்கு வழங்கியது.

பதினாறு வயதிலேயே 'Fire Light' என்கிற குறும்படத்தை எடுத்தார். 500 டாலருக்கு படம் எடுத்து படம் பார்க்க வந்தவர்களிடம் 600 டாலர் வசூல் செய்துவிட்டார். படம் பார்த்தவர்கள் அவருடைய நண்பர்களும், உறவினர்களும் ஆவர்.

உலக அளவில் புகழ் பெற்ற யுனிவர்ஸல் பட நிறுவனத்தில் காலடி வைத்தார் ஸ்பீல்பெர்க். அப்போது அவருக்கு வயது பதினேழு. அங்கே திரைப்படத் தயாரிப்பின் பல நிலைகளையும் அவர் நேரில் கண்டறிந்தார்.

'என்னிடம் கற்பனை இருக்கிறது, தொழில்நுட்பம் இருக்கிறது' என்று உரக்கக் கூவி யாரிடமேனும் வாய்ப்பு கேட்க முடியுமா என்ன ? எண்ணற்ற கற்பனைகளைச் சுமந்து கொண்டு ஸ்டுடியோவை சுற்றிச் சுற்றி வந்தார் அவர்.

'எல்லோருக்கும் வாய்ப்புகள் வரும்
சற்று முன்பாகவோ பின்பாகவோ.'

அவருக்கும் வாய்ப்பு வந்தது. ஷென்பர்க் என்பவர் தொலைக்காட்சியில் எபிஸோட்கள் (Episodes) தயாரிக்கும் பணிக்கு அவரை அமர்த்திக் கொண்டார்.

தன்னுடைய கனவுக்கு குறைவான வேலை என்று அவர் தயங்கவில்லை. அந்த வேலைதான் அவருக்குக் கிடைத்த முதல் வேலை. அதைச் சரியாக செய்து முடித்தார். தொடர்ந்து வாய்ப்புகள் வந்தன.

1971-இல் ட்யூவல் என்கிற விஞ்ஞானப் புதினத்தைப் படமாக்கினார். குறிப்பிடத்தக்க வெற்றி கிடைத்தது. ஒரு படத்தின் வசூல் தயாரிப்பாளருக்கு

மட்டுமல்ல இயக்குநருக்கும் முக்கியம். ஸ்பீல்பெர்க் அந்தப் படத்தின் மூலம் கவனத்துக்குரியவரானார். அவருடைய பெயர் ஐரோப்பாவிலும் பரவியது.

ஹாலிவுட்டில் இவர் வலுவாகக் காலூன்ற உதவிய படம் ‘ஜாஸ்’ திமிலங்களைக் கதைக் கருவாக்கிய ஸ்பீல்பெர்க், படத்துக்காக மூன்று செயற்கைத் திமிலங்களையே உருவாக்கச் செய்தார். அந்தப் படம் அதற்கு முன் வந்த அத்தனைப் படங்களின் வசூலையும் முறியடித்தது.

அடுத்து ‘க்ளோஸ் என்கவுண்டர்ஸ்’ என்கிற படம். அப்போது அமெரிக்காவில் ‘பறக்கும் தட்டு’ பற்றியே பேச்சாக இருந்தது. அந்த ‘ஹாட் டாபிக்’கையே தமது படத்துக்குப் பயன்படுத்திக் கொண்டார் அவர்.

‘கற்பனை உள்ளவர்கள் எங்கும், எதிலும்
வாய்ப்பைக் காண்கிறார்கள்.’

யாரிடம் திறமை இருந்தாலும் தம்முடைய யூனிட்டில் பணியாற்றும் வாய்ப்பை அவர்களுக்கு வழங்குவார் அவர்.

ஸ்பீல்பெர்க் வெற்றியில் மயங்குகிறவரல்ல, தோல்விகளில் கலங்குகிறவருமல்ல. ஒரு வெற்றிக்கும் இன்னொரு வெற்றிக்கும் இடையே நேரிடும் தோல்விகளை அவர் இயல்பாக எடுத்துக் கொண்டார். மிகப் பெரிய வெற்றிப் படத்தைக் கொடுக்கிற நம்பிக்கை அவருள் வளர்ந்தது.

தனது வித்தியாசம் காட்டுகிற முயற்சிகள் மூலம் மிகப் பெரிய வெற்றிகளை அவர் பெறவேச் செய்தார்.

மிகப் பழமையையும் அதி நவீனத்தையும் கலந்து தமது படைப்புகளை உருவாக்கினார் அவர். அவரது படங்கள் மனித உணர்வுகளையும், விஞ்ஞானக் கற்பனைகளையும் அடிப்படையாகக் கொண்டிருக்கும்.

ஸ்பீல்பெர்க் தாம் அடைய விரும்புகிற ஒன்றிலேயே தம்முடைய கவனத்தை ஒருமுகப்படுத்தியிருப்பார்.

‘சாதாரண ஒன்றில் இருந்து
அசாதாரணமான ஒன்றை
வெளிப்படுத்துகிறவனே சிறந்த கலைஞன்.’

ஸ்பீல்பெர்க் ஒரு சிறந்த கலைஞர்.

மற்றவர்கள் காணத்தவறிய ஒன்றை அவர் கண்டார். அவர்கள் செய்யத் தயங்குகிறதை அவர் துணிந்து செய்தார்.

நேர்த்தியான மனிதர் அவர். தம்முடைய நேரத்தையும் உழைப்பையும் அர்ப்பணித்து மிகப் பெரிய சாதனைகளை அவர் நிகழ்த்தியிருக்கிறார். அவரது படைப்புகள், வயது வேறுபாடின்றி எல்லோரையும் கவர்ந்து விட்டிருக்கிறது. தமது வாய்ப்புகளை மகத்தான படைப்புகளாக்கிய ஸ்பீல்பெர்க் ஒரு மகத்தான கலைஞராய் போற்றப்படுவதில் வியப்பேதுமில்லை.

❖ ❖ ❖

22. இணைதலும், பகிர்தலும்

பிரபஞ்சத்தின் விதிகளுள் ஒன்று விதைத்தலும் அறுவடை செய்தலும். நீங்கள் எதை விதைக்கிறீர்களோ அதைத்தான் அறுவடை செய்வீர்கள்.

தமிழில் சில சொலவடைகள் (பழமொழிகள்) உண்டு -

'விதையொன்று போட வேறொன்று முளைக்காது.
வினை விதைத்தவன் வினையறுப்பான் என்று.'

நெல்லை விதைத்துவிட்டு கோதுமையை அறுவடை செய்ய முடியாது. நல்லது செய்தால் நல்லதும், கெட்டது செய்தால் கெட்டதும் விளையும்.

நீங்கள் நிறைய உழைத்தால் நிறைய பலன். சோம்பியிருந்தால் பலன் பூஜ்யம். 'Rich Dad Poor Dad ஆசிரியர் ராபர்ட் கியோஸாகி இப்படிக் குறிப்பிடுவார். 'நீங்கள் எதை விரும்பினாலும் முதலில் அதைக் கொடுப்பதன் மூலம் பிரபஞ்ச சக்தியை ஈர்க்கிறீர்கள். நீங்கள் கொடுப்பது எதுவாயினும் அது பத்து மடங்காய், நூறு மடங்காய் உங்களிடம் திரும்பி வரும்.

'நீங்கள் நல்லதைக் கொடுத்தால்
சிறந்ததைத் திரும்பப் பெறுவீர்கள்.'

கொடுப்பதற்குக் கிடைக்கும் வாய்ப்புகளை ஒரு போதும் விட்டு விடாதீர்கள்.

வாய்ப்பு -

'இரு கைகள் நீட்டி ஏற்பதற்கு மட்டுமல்ல,
இரு கைகளால் வாரி வழங்குவதற்கும்தான்.'

ஆஸ்திரேலியாவில் இப்படியொரு சொலவடை உண்டு, 'ஓர் ஆப்பிளில் உள்ள விதைகளை உங்களால் எண்ண முடியும். ஒரு விதையில் உள்ள ஆப்பிள்களை உங்களால் எண்ண முடியாது' என்று.

மற்றவர்களுக்காக நீங்கள் தோற்றுவித்த வாய்ப்புகளைப் பற்றி எண்ணிப் பாருங்கள். எத்தனை வாய்ப்புகள் ? எத்தகைய வாய்ப்புகள் ?

எந்தவொரு வாய்ப்புகளும் தற்செயலாய் நிகழ்வதில்லை. அவை உருவாக்கப்படுகின்றன. தாங்கள் பெற்ற வாய்ப்புகளை மற்றவர்களுடன் பகிர்ந்து கொள்கிற போது அவை பல்கிப் பெருகுகின்றன. தொழிலதிபர்கள் அதைத்தான் செய்கிறார்கள்.

வெற்றிகரமான ஒரு தொழில் ஆயிரக்கணக்கான பேர்களுக்கு வேலை வாய்ப்பை வழங்குகின்றன. வேலை வாய்ப்பு செல்வ வளத்திற்கான வாய்ப்பு. வேலை அவர்களுக்கு வீடு வாங்குகிற வாய்ப்பையும்,

அவர்களுடைய குழந்தைகளுக்கு நல்ல கல்வி வாய்ப்பையும் கொடுக்கிறது. ஒட்டு மொத்த குடும்பத்துக்கும் ஒளிமயமான எதிர்காலம்.

க்ரிஸ்லர் கார்ப்பரேஷன் (அமெரிக்கா) முன்னாள் தலைவர் அயகோக்கா கூறுவார். 'அனைத்து தொழில் செயல்பாடுகளும் மூன்றே வார்த்தைகளில் அடங்கிவிடும். அவை மக்கள், உற்பத்தி, இலாபம் என்கிற மூன்று வார்த்தைகளாகும்' என்று. இதில் மக்கள் முதலில் வருகிறது. முதன்மையானது. மக்கள் பணியாளர்களை மட்டுமல்ல வாடிக்கையாளர்களையும் குறிக்கும்.

ப்ரையன்ட்ரேஸி தம்முடைய நூலொன்றில் இப்படிக் குறிப்பிடுகிறார். வெற்றியாளர்கள் மற்றவர்களுக்கு உதவும் பொருட்டு வாய்ப்புகளை எதிர்நோக்குகிறார்கள். தோல்வி மனப்பான்மை உள்ளவர்களோ (தோற்பவர்கள்) அந்த வாய்ப்பில் எனக்கு என்ன கிடைக்கும் என்று கேட்கிறார்கள். ரொம்ப சரி. குறுகிய நோக்கம் கிடைக்கிற வாய்ப்பையும் குறுகியதாக்கிவிடுகிறது, பலனும் குறைந்து போகிறது.

கூட்டு முயற்சி

நிறுவன ஊழியர்கள் ஒரு கூட்டமைப்பில் (Network) செயல்படுகிறார்கள். நிறுவன வளர்ச்சி என்கிற ஒரே நோக்கத்துக்காக அவர்கள் உழைக்கிறார்கள். காரணம், நிறுவன வளர்ச்சியில் அவரவருடைய தனிப்பட்ட வளர்ச்சியும் இருக்கிறது. நிறுவன வெற்றி அவர்களுடைய வெற்றி. நிறுவனம் அடைகிற இலாபம் பணியாளர்களுக்கும் இலாபத்தைத் தருவதாகிறது.

ஒருவர் பணத்தை முதலீடு செய்கிறார். அமைப்பில் உள்ள மற்றவர்கள் தங்களுடைய உழைப்பை, திறமையை முதலீடு செய்கிறார்கள். அவர்கள் இணைந்து செயல்படுகிற போது அந்த முதலீடு பெருத்த இலாபத்தைத் தருகிறது. அவர்கள் அதனைப் பகிர்ந்து கொள்கிறார்கள். இவர்களிடையே ஒரு கூட்டு ஏற்படாத பட்சத்தில் பணம் பெருகாது, திறமையும் பயனற்றதாகி விடும்.

'வாய்ப்பு மனிதர்களை இணைக்கிறது.
இணைப்பு வளங்களைப் பெற்றுத் தருகிறது.'

யாரும் தனித்து வெற்றி பெற்றுவிட முடியாது. அறிவியல் கண்டுபிடிப்புகளை நிகழ்த்தும் ஆய்வுக்கூடத்திலும் சரி, விளையாட்டு மைதானத்திலும் சரி, தொழிலகத்திலும் சரி, வெற்றி என்பது கூட்டு முயற்சியின் மூலமே பெறப்படுகிறது.

தனித்தனியே இருக்கும் வரை உதிரிகள் என்போம். உதிரிகள் ஒன்றிணைந்தால் இயக்கம் பெறும். ஒரு காரின் பாகங்களைப் போலத்தான் வளவாய்ப்புகளும். கூட்டாக இணைந்து செயல்படுகிற போது ஆற்றல், அதிக ஆற்றலாகிறது.

கூட்டாக செயல்படும் போது உண்டாகும் ஆற்றலின் விளைவை கணவன் மனைவி இணைந்து வாழும் மணவாழ்க்கை, இராணுவம், தொழிலகம் வரை எங்கும் எதிலும் நாம் பார்க்க முடியும்.

ஒரு நிறுவனம் எப்படி சிறந்த நிறுவனமாகிறது. பல்வேறு திறமைகளை ஒருங்கிணைத்து ஒரு குழுவை உருவாக்கிக் கொள்வது, குழுவில் உள்ளவர்களின் திறமைகளை முழுமையாக வெளிக்கொண்டு வருவது இவற்றின் மூலம் தன்னை அது வளர்த்துக் கொள்கிறது. வளர்ச்சியில் கிடைக்கிறது வலுவும், வளமும். நிறுவனத்தின் வலிமைகள் நலிவுகளை ஈடு செய்துவிடுகிறது. ஒரு மிகப் பெரிய வெற்றி பல சிறு தோல்விகளைச் சரிக்கட்டிவிடுகிறது. ஒரு குழுமத்தில் நலிந்த தொழில்களால் ஏற்படும் இழப்புகளை குழுமத்தில் உள்ள மற்ற இலாபகரமான தொழில்கள் 'பேலன்ஸ்' செய்துவிடும். இப்படிதான் வாய்ப்புகள் செயல்படுவதும், பலனளிப்பதும்.

'நீங்கள் மற்றவர்களுக்காக
வாய்ப்புகளை உருவாக்குகிறீர்கள்.
அவர்கள் உங்களுக்காக
வாய்ப்புகளை உருவாக்குகிறார்கள்.'

இருதரப்பினரும் இணைய வலுவான ஆற்றல் உருப்பெறுகிறது.

நீங்கள் தயார் நிலையில் இருந்து கொண்டு வாய்ப்பை எதிர்கொள்கிறீர்கள். அதைத்தான் மற்றவர்கள் அதிர்ஷ்டம் என்கிறார்கள். பெஞ்சமின் டிஸ்ரேலி (முன்னாள் பிரிட்டிஷ் பிரதமர்) கூறுவார் 'வெற்றியின் ரகசியமே வாய்ப்பு வரும்போது நீங்கள் ஆயத்தமாக இருப்பதுதான்' என்று.

பகிர்ந்து கொள்ளுங்கள்

வாய்ப்பு ஒரு சாதனம் - உங்கள் மகிழ்ச்சிக்கும், வெற்றிக்கும், வளர்ச்சிக்கும். நீங்கள் மகிழ்ச்சியாயிருக்கும் போது ஏன் மற்றவர்களையும் மகிழ்ச்சியாக வைத்துக் கொள்ளக் கூடாது? உங்கள் வெற்றியை, வளர்ச்சியை ஏன் மற்றவர்களுடனும் பகிர்ந்து கொள்ளக் கூடாது ? பகிர்ந்து கொள்கிற போது அவையெல்லாம் பல்கிப் பெருகுமே, பலமடங்காகுமே.

'உங்கள் மகிழ்ச்சி நிலைக்க வேண்டுமெனில்
மகிழ்ச்சிகரமானச் சூழலை உருவாக்கிவிடுங்கள்.'

அன்னை தெரசா கூறுவார், 'நீங்கள் மற்றவர்களுக்காக வாழ்கிற போதுதான் உங்கள் வாழ்க்கை பெறுமானமுடையதாகும்' என்று.

கருணையே வடிவான அந்த அன்னை நடைபாதையில் கிடந்தவர்களுக்கு இடமளித்தார், நோயுற்றவர்களுக்கு நலமளித்தார், நம்பிக்கை அற்றவர்களுக்கு நம்பிக்கையை அளித்தார். திக்கற்றவர்களுக்கு உதவ வேண்டும் என்கிற ஆர்வம் அவருக்குள் தீயாய் எழுந்தது.

சகமனிதர்களுக்கு உதவுவதை விட சிறந்ததொரு வேலையை, தொழிலை நீங்கள் செய்வதற்கில்லை. உங்களால் முடிந்ததைக் கொடுங்கள், முடிந்தவாறெல்லாம் கொடுங்கள்.

உதவுதல் என்றால் பொருளுதவியை மட்டும் குறிப்பதாகாது. உடலுழைப்பும் உதவிதான். ஏன், நீங்கள் ஆறுதலாய் சொல்கிற சில வார்த்தைகளும், உங்களுடைய அன்பை வெளிக்காட்டுகிற ஒரு புன்னகையும் கூட உதவிதான்.

உந்து சக்தி

அறிஞர் பெருமக்கள் தங்கள் அறிவையும், அனுபவத்தையும், கொண்டு வழங்கிய 'பொன் மொழிகள்,' உலக சமுதாயத்துக்கு அவர்கள் செய்த பேருதவி என்றே சொல்லலாம்.

என்னதான் நம்முடைய அறிவையும், திறமையையும், உழைப்பையும் நாம் பயன்படுத்தினாலும், 'இதோ இந்த வழியே செல்' 'இப்படிச் செய்' என்று நெறிப்படுத்துகிற ஒரு சொல் தேவைதானே.

தம்முடைய வார்த்தைகள் மூலம் இயேசு அன்பையும், கருணையையும் வழங்கினார். புத்தரின் சொற்கள் மனிதர்களைப் புனிதர்களாக்கியது. விவேகானந்தர் ஓர் எழுச்சிமிக்க சமுதாயத்தை உருவாக்குவதற்காகப் பேசினார்.

'வார்த்தைகள் மனிதர்களை ஊக்குவிக்கிறது
வழி நடத்துகிறது, பலருடைய
வாழ்க்கையில் அந்த வார்த்தைகள்
வாய்ப்புகளைக் கொண்டு வந்தன.'

பறவைக் குஞ்சுக்கு கூடு பாதுகாப்பாய் தெரியலாம். ஆனால், சிறகு முளைத்த பின் அதுவே சிறையாய் தெரியும். தன்னிடமுள்ள அளவற்ற ஆற்றலை அது பறக்கும் போதுதான் உணர்கிறது.

'சிறகு ஒரு வாய்ப்பென்றால்
வானம் மிகப் பெரிய வாய்ப்பு!'

என்னதான் துணிச்சலும், முயற்சியும், முனைப்பாற்றலும் கொண்டு இருந்தாலும் ஒரு சிறு தூண்டுதல் தேவைப்படுகிறது முதலடியை எடுத்து வைப்பதற்கு. 'உன்னால் முடியும்' என்று சொல்லுங்கள் ஒரு தாய்ப் பறவையாய் இருந்துகொண்டு. பலரும் அந்த ஒரு வார்த்தைக்குத்தான் காத்திருக்கிறார்கள். அந்த வார்த்தையின் மூலமே தங்களுடைய ஆற்றல்களை அவர்கள் அடையாளம் காண்கிறார்கள்.

நாம் எல்லாருமே வேறொருவருக்கு ஆசானாக, கதாநாயகனாக, ரோல்மாடலாக இருக்க முடியும். வெற்றி பெற்ற மனிதர்களின், மகா கோடீஸ்வரர்களின் வாழ்க்கை வரலாறுகளைப் படித்துப் பாருங்கள். தங்கள்

துறைகளில் தங்களுக்கு முன் வெற்றி பெற்ற ஒருவரையே அவர்கள் தங்களுடைய முன்மாதிரி (Role model) யாகக் கொண்டிருப்பார்கள். ஒன்று அவர்களுடைய வித்தியாசமான அணுகுமுறை அல்லது துணிச்சலாக செயலாற்றும் திறமை இவர்களைக் கவர்ந்திருக்கும், குறைந்தபட்சம் அவர்களுடைய சிந்தனைகள்.

சிறந்த மனிதர்களின் வாழ்க்கையில் இருந்து ஒரு செயல்முறை அல்லது சிந்தனையை நாம் எடுத்துக் கொள்கிறோம். அத்துடன் நமது திறமைகளை இணைத்துக் கொண்டு செயல்படுகிறோம்.

'ஒரு துளியில் இருந்தே பெருவெள்ளம்.
சிறு பொறியில் இருந்துதான் பேரொளி.'

நம்மை வசீகரிக்கிறது இன்னொருவருடைய வாழ்க்கை. நம் வாழ்விற்கான உந்துதலை அதிலிருந்து நாம் பெறுகிறோம்.

இரண்டு முயல்கள் சேர்ந்து டஜன் கணக்கில் முயல்குட்டிகளை உருவாக்குகிற மாதிரி, வாய்ப்புகள் ஒன்றில் இருந்து பத்தாக, பத்தில் இருந்து நூறாக பல்கிப் பெருகும். அது போலவே பயனடைகிறவர்களின் எண்ணிக்கையும். நீங்கள் மற்றவர்களுடன் ஒரு வாய்ப்பைப் பகிர்ந்து கொள்கிற போது அது மகத்தான வாய்ப்பாகிவிடுகிறது.

❖ ❖ ❖

23. அறிவுகளை இணைத்த கோட்பாடு

சிலர் அடுத்த வேளை பற்றிச் சிந்திப்பார்கள், சிலர் அடுத்த நாளைப் பற்றிச் சிந்திப்பார்கள். வறுமையில் வாடுகிறவர்களில் பலரும் அப்படித்தான்.

அமெரிக்க உருக்காலைத் தொழிலின் முன்னோடி என்று பேசப்படுகிற ஆண்ட்ரூ கார்னகி கூட வறுமையில் அடிபட்டவர்தான். ஆனால் அவருடைய சிந்தனை வேறுவிதமானது. 'என் கையில் இருக்கிற வாய்ப்பை விட, அடுத்த வாய்ப்பு இன்னும் சிறந்ததாக இருக்க வேண்டும்' என்றுதான் அவருடைய எண்ண ஓட்டம் இருக்கும்.

ஸ்காட்லாந்தில் ஓர் ஏழ்மைப்பட்ட குடும்பத்தில் பிறந்தவர் கார்னகி. சிறு வயதிலேயே விடாப்பிடியானவர்.

இன்று உலகம் முழுவதில் இருந்தும் அமெரிக்காவுக்கு வாய்ப்பு தேடிச் செல்கிறார்கள். கார்னகியின் காலத்திலும் அப்படிதான். அவருடைய குடும்பமும் ஸ்காட்லாந்தில் இருந்து அமெரிக்காவிற்குக் குடிபெயர்ந்தது. அப்போது அவருக்கு வயது பதின்மூன்று.

பள்ளிக்கூடம் போக வேண்டிய வயதில் அவர் பருத்தி ஆலை ஒன்றில் நூல் சுற்றுகிற வேலைக்குச் சென்றார். பகல் முழுக்க நூல் சுற்றிவிட்டு, இரவு நேரத்தில் 'ராப்பள்ளியில்' படித்தார். இரவின் பிற்பகுதியில் படுக்கையில் விழுந்து, அப்படியே அயர்ந்துவிடுவார். மற்றபடி விளையாட்டு, ஓய்வுக்கெல்லாம் அவருக்கு நேரம் இருந்ததில்லை.

கொஞ்ச நாளில் அவருக்கு ஒரு யோசனை தோன்றியது. 'நாம் ஏன் நூற்பாலைக்குச் செல்ல வேண்டும், வீட்டிலேயே நூற்கலாம்தானே' அக்கம்பக்கத்தில் மார்க்கெட் பிடித்தார். சொற்ப லாபம்தான். ஆனால் என்ன, அதை விட சிறந்த வாய்ப்பு கிடைக்கிற வரை அதைச் செய்ய வேண்டியதுதான்.

அமெரிக்காவில் அப்போதுதான் ரயில் பாதை போட்டுக் கொண்டிருந்தார்கள். கார்னகி ரயில்வேயில் வேலைக்குச் சேர்ந்தார். அங்கு வேலை பார்த்தபடியே கம்பியில்லாத் தந்தியை எப்படி இயக்குவது என்று கற்றுக் கொண்டார்.

டெலிகிராப் ஆப்ரேட்டர் ஆனார். சலியாமல் உழைக்கும் நேர்மையான மனிதர் அவர். வெகு சீக்கிரமே ரயில்வே துறை துணைத் தலைவருக்கு உதவியாளராக பதவியில் உயர்ந்தார்.

கையில் கொஞ்சம் பணம் சேர்ந்திருந்தது. ஒன்றைப் பத்தாக்கி, பத்தை நூறாக்குகிற அறிவு நுட்பமும் துணிச்சலும் அவரிடம் இருந்தது. பங்கு மார்க்கெட்டில் பணத்தைப் போட்டு புரட்டினார்.

இரயில்வே துறையில் ஒப்பந்தக்காரரானார். ரயில் பெட்டி தயாரிப்பது, ரயில் பாதையில் பாலம் கட்டுவது என்று கட்டுமானப் பணிகள் கிடைத்தன. பணம் பெருகியது.

இரும்புத் தொழிற்சாலை தொடங்கினார், எண்ணெய் கிணறுகள் வாங்கினார். அவர் எதைத் தொட்டாலும் வெற்றிதான்.

தம்முடைய முப்பத்தி ஐந்தாவது வயதில் அவர் பெரிய தொழிலதிபர், பலநூறு கோடிகளுக்குச் சொந்தக்காரர்.

கார்னகி, உருக்காலை தொடங்கத் தீர்மானித்ததும் இங்கிலாந்து சென்றார். அங்கே புதிய தொழில்நுட்பங்களையும், நிர்வாக முறைகளையும் கண்டறிந்தார். அவற்றைத் தமது தொழிற்சாலையில் பயன்படுத்தினார்.

உருக்காலையை இயக்க இரும்புத் தாதும், நிலக்கரியும் முக்கியம். கார்னகி தமது நிறுவனத்தின் கச்சாப் பொருள் தேவைகளைப் பூர்த்தி செய்வதற்காக, பல தொடர்புத் தொழில் நிறுவனங்களை விலைக்கு வாங்கினார். நிலக்கரி சுரங்கங்களையும் வாங்கிப் போட்டார்.

கார்னகி தம்முடைய 65 வயது வரை பணவேட்டையைத் தொடர்ந்தார்.

உலகின் மிகப் பெரிய வெற்றியாளராகவும், சாதனையாளராகவும் அவர் போற்றப்படுவதற்கு என்ன காரணம்?

உருக்காலை அவருடைய கனவுகளில் மிகப் பெரிய கனவு. அந்தக் கனவையே பின்பற்றுவது என்று அவர் தீர்மானித்தார். ஆலை தொடங்கியதும் தமக்குக் கிடைத்த பெரிய வாய்ப்பை மற்றவர்களுடனும் பகிர்ந்து கொள்கிற விருப்பம்.

'குறிக்கோளில் உறுதியாக இருப்பது, கூடுதலாக உழைப்பது' இதுதான் அவருடைய கோட்பாடு. தம்மைச் சுற்றி தம்மை விட அறிவிலும் திறமையிலும் மேம்பட்டவர்கள் இருக்கும்படி பார்த்துக் கொண்டார்.

கூடுதலாக உழைக்கும் மனோபாவம் கொண்டவர்களைத்தான் அவர் வேலையில் அமர்த்திக் கொண்டார்.

பொதுவாக தங்கள் வேலையையும், வருவாய் ஆதாரத்தையும் தக்க வைத்துக் கொள்வதற்காக மட்டுமே பணியாளர்கள் வேலை செய்வார்கள். ஆனால், அதிகம் உழைப்பவர்களோ தலைமைப் பதவிக்கான தகுதியைப் பெற்றுவிடுகிறார்கள்.

கார்னகியின் தொழிற்சாலையில் ஒரு தினக்கூலியாக வேலை பார்த்தவர் ஸ்வாப். இவர் எப்போதுமே தம்முடைய ஊதியத்தைக் காட்டிலும் கூடுதலாய் உழைப்பவர். சீக்கிரமே கார்னகியின் கவனத்தைக் கவர்ந்துவிட்டார் அவர். ஒவ்வொரு கட்டமாக பதவி உயர்வு பெற்று வந்த ஸ்வாப் ஒரு கட்டத்தில் நிறுவனத்தின் பிரசிடெண்டாக நியமிக்கப்பட்டார். அவருடைய ஆண்டு ஊதியம் 75,000 டாலர்கள்.

கார்னகி, ஊதியத்தோடு ஆண்டுக்கு பத்து லட்சம் டாலர் தொகையை போனசாகவும் கொடுத்தார். ஸ்வாப்பிற்கு அவ்வளவு பெரிய தொகை ஏன் வழங்கப்பட்டது? அதற்குக் காரணம், ஸ்வாப் கூடுதல் உழைப்பைக் கொடுத்தார் என்பதற்காக மட்டுமல்ல, தொழிலாளர் அனைவரையும் கூடுதலாக உழைக்கத் தயார்படுத்தினார் என்பதற்காகத்தான்.

'கூடுதல் உழைப்பு' போலவே மற்றொரு கோட்பாடும் கார்னகியின் வெற்றிக்கு உதவியது. அது - 'மாஸ்டர் மைண்ட்' (Master mind) கோட்பாடு ஆகும். அதன்படி இணக்கமான மனங்கள் இணைந்து செயல்படும் ஒரு புதிய செயல் முறை உருவாக்கப்பட்டது. அதில் பல்வேறுப்பட்ட அறிவுகளை ஒரு சேரப் பயன்படுத்திக் கொள்ளும் வாய்ப்பு இருந்தது. 'மாஸ்டர் மைண்ட்' கோட்பாட்டைக் கொண்டு மனித உறவுகளை மேம்படுத்திக் கொள்வதோடு, திட்டவட்டமான ஒரு முக்கியக் குறிக்கோளை அடையவும் முடியும் என்பதை கார்னகி நிரூபித்துக் காட்டினார்.

மிகப் பெரிய செல்வந்தரான கார்னகி, அந்தப் பணத்தைப் பல சமூக நன்மைகளுக்காக ஒதுக்கீடு செய்தார். பெரிய நூலகம் அமைப்பது, தம்முடைய தொழிற்சாலையில் வேலை பார்த்தவர்களுக்கு ஒய்வூதியம் வழங்குவது, பொருளாதார வசதியற்ற பேராசிரியர்களுக்கு உதவித் தொகை வழங்குவது. கல்விக்கான அறக்கட்டளை நிறுவுவது என்று தம் செல்வத்தில் பெரும் பகுதியை அவர் செலவிட்டார்.

கார்னகி தமக்குக் கிடைத்த வாய்ப்பைக் கொண்டு தனி நபர் பொருளாதாரத்தை மட்டுமல்ல நாட்டின் பொருளாதாரத்தையும் உயர்த்தினார்.

❖ ❖ ❖

24. ஆற்றின் போக்கில் நீந்துதல்

மாற்றம் காலத்தின் கட்டாயம், காலத்தின் ஒவ்வொரு நொடியும் மாற்றத்தைக் கொண்டு வருகிறது நாம் விரும்பினாலும், விரும்பாவிட்டாலும்.

நீங்கள் சற்று முன் பார்த்ததைவிட இப்போதும் பார்த்துக் கொண்டு இருக்கவில்லை. சற்று முன் எண்ணியதையே இப்போதும் எண்ணிக் கொண்டிருப்பதில்லை. பார்வைகள் மாறும், எண்ணங்கள் மாறும்.

வாய்ப்புகள் மாறுகின்றன. முப்பது ஆண்டுகளுக்கு முன்பிருந்ததை விட இப்போது வாய்ப்புகள் அதிகரித்துவிட்டன. அதற்கு ஈடு கொடுக்கும் விதமாய் கல்வி முறை மாறுகிறது. புதிய தொழில்கள் உருவாகின்றன. அதற்கேற்ப தொழில் நுட்பங்களிலும் மாற்றம் ஏற்படுகின்றன. அவற்றோடு பொருந்திக் கொள்ள நாமும் நம்மை மாற்றிக் கொள்ள வேண்டியிருக்கிறது.

ஹென்றி ஃபோர்டு உருவாக்கிய காரும், இன்று அவருடைய பேரன் விற்றுக் கொண்டிருக்கிற காரும் ஒன்றல்லவே.

'வளர்ச்சிக்கு மாற்றம் தேவைப்படுகிறது.
மாற்றம் வளர்ச்சியைக் குறிக்கிறது.'

நமது பொருளாதாரம் மாறுகிறது, தொழில் செய்யும் முறைகள் மாறுகின்றன. மக்களின் தேவைகள் மாறுகின்றன, அவற்றுக்கேற்ப பொருட்களைத் தயாரிப்பதிலும் மாற்றங்களைச் செய்ய வேண்டியிருக்கிறது. விற்பனை முறைகளிலும் மாற்றம். நம் ரசனைகள் மாறிக் கொண்டே இருக்கின்றன. நம்மை அறியாமலே நம் உடம்பில் மாற்றங்கள் ஏற்படுகின்றன ஒவ்வொரு நாளிலும்.

வாய்ப்பின் இன்றைய முகங்களைக் கண்டுகொள்ள வேண்டும் என்றால், உங்கள் பார்வைகளை நீங்கள் மாற்றிக் கொள்ள வேண்டும். புதிய வாய்ப்புகளைப் பயன்படுத்துவதற்கு உங்களிடம் ஏற்ற புதிய தகுதிகள் இருந்தாக வேண்டும். தட்டச்சு அறிவை வைத்துக் கொண்டு நீங்கள் கணினியை இயக்கிவிட முடியாது, கணினி நுட்பம் பயின்றிருக்க வேண்டும்.

ஒரு காலத்தில் உலகம் விவசாயத்தையே நம்பியிருந்தது. பிறகு தொழில் வளர்ச்சி ஏற்பட்டது. இன்று தகவல் தொழில் நுட்பத்துக்கு வந்தாயிற்று. மாற்றத்தோடு பொருந்திக் கொள்கிறவர்கள் முன்னேறுகிறார்கள். புதிய முயற்சிகளை முன்னெடுக்கிறவர்கள் புதிய சாதனைகளை நிகழ்த்துகிறார்கள்.

பழைய பலசரக்குக் கடை, பல்பொருள் சிறப்பு அங்காடியாகி தற்போது இ-காமர்ஸ் வரை வந்தாயிற்று. எல்லாத் துறைகளிலும் இத்தகைய மாற்றத்தை நாம் பார்க்கிறோம். எல்லாமும் ஒரு விரல் நுனியின் தொடுவிசையில் முடிந்துவிடுகிறது.

கணினிகள் வந்த புதிதில், 'இனி கைகளால் செய்யும் வேலை கிடையாது. நிறைய பேருக்கு வேலை போய்விடும்' என்றார்கள். ஆனால் கணினிப் பயன்பாடு இன்று இலட்சோபலட்சம் பேர்களுக்கு வேலை வாய்ப்புகளை ஏற்படுத்திக் கொடுத்திருக்கிறது.

மாற்றங்களைக் கண்டு அஞ்ச வேண்டியதில்லை. அவை வரவேற்கப்பட வேண்டியவைகளே. மாற்றங்களை எதிர்க்கிறவர்களும், மாறத் தயாராக இல்லாதவர்களும் ஆற்றில் எதிர்நீச்சல் போடுகிறார்கள். இவர்கள் கைகால்கள் சோர்ந்து நீரில் மூழ்கிவிடக் கூடிய அபாயம் இருக்கிறது. மாற்றங்களை வரவேற்பவர்களும், மாற்றத்துடன் பொருந்திக் கொண்டவர்களும் நீரின் போக்கில் நீந்துகிறவர்கள். தாங்கள் விரும்பிய இடத்தை வெகு எளிதாய் இவர்கள் சென்றடைய முடிகிறது.

நீங்கள் இருபது முப்பது ஆண்டுகளாய் தொலைக்காட்சி நிகழ்ச்சிகளை பார்த்துக் கொண்டிருக்கிறீர்கள். நிகழ்ச்சிகள் அப்படியே இருப்பதில்லை. புதுப்புது நிகழ்ச்சிகளைக் கொண்டு வருகிறார்கள். போட்டி சேனல்களுக்கு ஈடு கொடுத்து, நேயர்களின் ரசனைகளுக்கேற்ப இப்போது தந்தால்தான் அவர்கள் தாக்குப்பிடிக்க முடியும். இப்போது புரிகிறதுதானே மாற்றத்தின் முக்கியத்துவமும், மாற வேண்டியதன் அவசியமும். நாம் நேற்று நினைத்ததை, இன்று நினைப்பதை நாளை நினைக்க மாட்டோம். அடிப்படையில் இருப்பது மாற்றம். மாற்றம் என்றாலே வாய்ப்புகளின் மேம்பாடு.

'மாற்றம் இல்லையேல் வளர்ச்சியில்லை,
வளர்ச்சியில்லையேல் நாம் வாழ்கிற
வாழ்க்கை அர்த்தமற்றதாகி விடும்.'

மகாகவி இரவீந்தரநாத் தாகூர், 'ரேடியோ ஓர் அருமையான கருவி. எங்கோ ஒலிக்கிற இனிய கீதங்களை அது நம்மிடம் கொண்டுவந்து சேர்க்கிறது. உண்மையிலேயே அந்தக் கருவியைக் கண்டு நான் வியக்கிறேன் என்று கூறினார். ரேடியோவின் இடத்தை தொலைக்காட்சிப் பெட்டி பிடித்துக் கொண்டது. கம்ப்யூட்டரும் செல்ஃபோனும் கைகோர்த்துக் கொண்ட யுகம் இது.

கற்பனைக்கெட்டிய எந்த வழியிலும் இன்று தகவல் பரிமாற்றம் சாத்தியமாகிவிட்டது.

அறிவியல் புதிய எல்லைகளை நோக்கிச் சென்று கொண்டிருக்கிறது.

'முடிந்தால் மாறுங்கள், இல்லையேல்
விலகிப் போய் விடுங்கள்.'

என்று பாடுகிறார் பாப்டைலன் என்கிற பாடகர். மறுக்க முடியாதுதானே.

❖ ❖ ❖

25. புதுமைகளைப் புகுத்தி முன்னேறுகிறவர்

வாய்ப்புகளைக் கண்டறியும் திறன் உள்ளவரே சிறந்த வெற்றியாளராக முடியும். தொழில்துறையில் இதுவே முதன்மையாய் வேண்டப்படுவது. அசிம் பிரேம்ஜியிடம் அத்தகைய திறன் இருப்பதால்தான் மென்பொருள் வர்த்தகத்தில் அவர் சிறந்து விளங்குகிறார்.

1945-இல் மகாராஷ்டிரா மாநிலத்தில் பிறந்த அசிம் பிரேம்ஜி அமெரிக்க பொறியியல் கல்லூரியில் படித்தவர். இவருடைய தந்தை மகாராஷ்டிராவில் ஒரு தாவர எண்ணெய் தயாரிப்பு நிறுவனத்தைத் தொடங்கினார். 1966-இல் தந்தை மாரடைப்பால் இறந்துவிடவும், பிரேம்ஜி படிப்பைப் பாதியில் நிறுத்திவிட்டு இந்தியா திரும்ப நேரிட்டது.

1960-களின் மத்தியில் சுமார் 4 கோடி ரூபாய் விற்பனையில் இயங்கிக் கொண்டிருந்தது அவர்களுடைய குடும்ப நிறுவனமான 'விப்ரோ.' அன்று வனஸ்பதியும், எண்ணெய், சீயக்காயும் விற்றுக் கொண்டிருந்த நிறுவனம் அது.

பிரேம்ஜி பொறுப்பேற்றதும் நிறுவனத்தை உயர் தொழில்நுட்பம் உடையதாக்கினார். நுகர் பொருட்களைத் தயாரிப்பதோடு தொழில்நுட்பப் பொருட்களையும் தயாரிப்பதென்று அவர் தீர்மானித்தார். ஐரோப்பிய நாடுகளில் கணினிப் பயன்பாடு பரவலாக இருந்ததால் இந்தியாவில் கணினித் துறைக்கு மிகப் பெரிய எதிர்காலம் இருப்பதை அன்றே அவர் உணர்ந்தார். கொஞ்சம் கொஞ்சமாக தமது தொழிலின் போக்கை மாற்றி, அதற்குப் பன்முகப் பரிமாணத்தைக் கொடுத்தார்.

அப்போதுதான் ஐ.பி.எம் இந்தியாவை விட்டு வெளியேறிக் கொண்டிருந்தது. இந்திய அரசின் தொழில் கொள்கை அசிம் பிரேம்ஜிக்கு சாதகமாய் இருந்தது. அவர் தனி முறை கணிப்பொறி (Personal Computer) தயாரிப்பில் ஈடுபட்டார். விப்ரோ தகவல் தொழில்நுட்பப் பிரிவு மென்பொருள் தயாரிப்பிலும் ஈடுபட்டது.

1991-இல் அரசின் தாராளமயமாக்கலைத் தொடர்ந்து, இந்தியாவின் மென்பொருள் ஏற்றுமதி பன்மடங்கு பெருகலாயிற்று.

விப்ரோவின் விற்பனையில் 65 சதவீதம் அமெரிக்காவுடன் நடைபெறுகிறது. பிரேம்ஜி அமெரிக்காவில் கல்வி பயின்றபோது ஏற்படுத்திக் கொண்ட தொடர்புகளும் அதற்குக் காரணமாக இருக்கக் கூடும்.

சிறந்த மனிதர்களை, சிறந்த தொழில்நுட்பத்தை, சிறந்த செயல் முறையை ஒருங்கிணைத்ததன் மூலம் மகத்தான விளைவுகளை அவரால் உண்டுபண்ண முடிந்தது.

'ஒரு நிறுவனம் முன்னேற வேண்டும் என்றால் புதிய வாய்ப்புகளைத் தோற்றுவித்துக் கொண்டேயிருக்க வேண்டும்' என்பது அவருடைய கருத்து.

'விப்ரோ'வின் வெற்றிக்கு அநேக காரணங்கள் இருக்கலாம். ஆனால், குறிப்பிட்டுச் சொல்லக் கூடியவை -

- 'விப்ரோவின் திட்டங்களில் 85 சதவீதம் உரிய நேரத்தில் குறிப்பிட்ட செலவுத் தொகையில் நிறைவேற்றப்படுகிறது.
- வாடிக்கையாளர்கள் சொல்வதைக் கவனித்துக் கேட்பதில் இருந்து விப்ரோ தனது சேவையைத் தொடங்குகிறது. அங்கே, வாடிக்கையாளர்களின் இன்றையத் தேவைகளை மட்டுமல்ல, எதிர்காலத் தேவைகளையும் கருத்தில் கொள்கிறார்கள். அந்த அடிப்படையிலேயேதான் அனைத்து பிரச்சனைகளுக்கும் தீர்வு காண்கிறார்கள்.

கனவுகள் சிறந்த பலனைக் கொண்டுவரும் என்பது பிரேம்ஜியின் நம்பிக்கை. அவருடைய தன்னம்பிக்கை முழுமையானது. தம்மிடத்திலோ தமது திறமையிலோ அவருக்கு ஐயப்பாடு இருந்ததில்லை. தம்மிடம் உள்ள மிகச் சிறந்தது எதுவென்று அவர் அறிவார். யார் எதைச் சிறப்பாகச் செய்ய முடியும் என்பதும் அவருக்கு நன்றாகவேத் தெரியும்.

'விப்ரோ' நிறுவனம் வலுவான அடித்தளத்தைக் கொண்டது. அதன் தொழில்நுட்பங்களும், செயல்முறைகளும் நவீனமானவை. அவர்களிடம் 'புதுமைகளைப் புகுத்தும் செயல்முறைத் திட்டம்' (Innovative Programme) என்றே ஒரு திட்டம் இருக்கிறது.

'புதிய எண்ணங்களை ஊக்குவிப்பது.

புதிய கருத்துகளை உருவாக்குவது.

புதிய உத்திகளைப் புகுத்துவது.'

புதுமைகளைச் செய்வதற்கான துணிவு பிரேம்ஜியிடம் நிறையவே இருந்தது.

விப்ரோ நிறுவனம் விப்ரோ இன்ஃபோ டெக், ஐ.டி. சர்வீசஸ், சொல்யூஷன்ஸ் அண்ட் ப்ராடக்ட்ஸ் என்று பல உட்பிரிவுகளைக் கொண்டது. அவை ஒரே குழுமத்தைச் சேர்ந்தவை என்றாலும் தனித்தனியே இயங்குபவை. அவற்றின் வேலைகள் வெவ்வேறு தன்மைகள் கொண்டவை.

'விப்ரோ'வில், ஒவ்வொரு வெற்றிக்குப் பிறகும் புதிய வாய்ப்புகளைக் கண்டறியுமாறு நிறுவன உயரதிகாரிகள் தூண்டப்படுகின்றனர்.

விப்ரோ டெக்னாலஜிஸ் நிறுவனத்தை அமெரிக்காவின் மதிக்கத்தக்க நிறுவனமாய் உருவாக்க வேண்டும் என்பதே பிரேம்ஜியின் முக்கிய நோக்கம்.

தகவல் தொழில்நுட்பச் சேவைகளை வழங்கும் சந்தைகளில் அசைக்க முடியாத இடத்தைப் பெற வேண்டும் என்பது அவருடைய விருப்பம்.

இந்த நோக்கத்தையும், விருப்பத்தையும் பூர்த்தி செய்ய அவர் திட்டமிட்டார். பொறியியல் திறமை, நவீன தொழில்நுட்பம் மற்றும் வளர்ச்சிப் பணிகளில் கவனம் செலுத்துவதே அந்தத் திட்டம்.

இன்று விப்ரோ டெக்னாலஜிஸ் உலக அளவில் - இந்தியா, ஐரோப்பா, அமெரிக்கா உள்ளிட்ட நாடுகளில் 28 வளர்ச்சி மையங்களைக் கொண்டிருக்கிறது. கனடா, பிரான்ஸ் தைவான் போன்ற நாடுகளில் 21 அலுவலகங்கள் உண்டு.

தற்போது 64 வயதில் உள்ள அசிம் பிரேம்ஜி விப்ரோவில் 75 சதவீதப் பங்குகளை வைத்திருக்கிறார். விப்ரோவின் வளர்ச்சி வீதம் ஏற்ற இறக்கங்களைக் கொண்டிருந்தாலும், அது எப்போதும் தனது போட்டியாளர்களை விட முன்னிலையிலேயே இருந்து கொண்டிருக்கிறது.

மாறி வரும் சந்தைச் சூழலுக்கேற்ப பொருத்திக் கொள்ளும் துரிதத் தொழில்நுட்பத்தில் நம்பிக்கை கொண்டவர் அவர். தொழிலில் அபாயகரமான திருப்பங்களை, ஆபத்தோடு கூடிய வாய்ப்புகளை அவர் மேற்கொண்டிருக்கிறார்.

அசிம் பிரேம்ஜி வாய்ப்புகளைக் கண்டறிவதில் வல்லவர். அவருடைய ஆற்றல்மிக்க தொலைநோக்கும், மதிப்புகளும் அவர் புதிய உயரங்களை எட்டுவதற்கு உதவியிருக்கின்றன.

❖ ❖ ❖

26. யார் மீது குற்றம்?

நம் வாழ்வின் பல நிலைகளிலும் துறைகளிலும் வாய்ப்புகள் நம்மை உற்றுப் பார்த்தபடியே இருக்கின்றன. ஆனால், நம்மில் பலரும் அதைக் கண்டு கொள்வதில்லை. தொடர்ந்து இடர்ப்பாட்டில் அல்லது மிகச் சாதாரண நிலையில் இருந்து கொண்டு அதிர்ஷ்டத்தையோ விதியையோ குறை கூறிக் கொண்டிருப்போம்.

ஒரு சமய குருவின் கதை

தேவாலயத்தில் பிரார்த்தனை நடந்து கொண்டி ருந்த நேரம். சமயகுரு தம்முடைய உபதேச மொழிகளை சொல்ல தயாரானார். அப்போது மக்கள் திடுதிப்பென்று அங்குமிங்கும் ஓடத் தொடங்கினர். பக்கத்தில் இருந்த ஆற்றில் வெள்ளம் கரைபுரண்டு, ஊருக்குள் நுழைய ஆரம்பித்திருந்தது.

தெருக்களில் தண்ணீரின் மட்டம் உயர்ந்து கொண்டிருப்பதைக் கண்டார் குரு. 'இவர்களைப் போல் நான் ஓடமாட்டேன். நான் இறைத் தொண்டில் இருப்பவன். கடவுள் என்னை காத்துக் கொள்வார்' என்று அவர் எண்ணிக்கொண்டார்.

ஊர் மக்கள் படகிலேறித் தப்பிச் சென்றார்கள். 'ஃபாதர், நிமிஷத்துக்கு நிமிஷம் தண்ணி அளவு கூடிட்டேயிருக்கு. எங்களோடு நீங்களும் வந்துடுங்க' என்று குருவை நோக்கிக் கூவினர்.

குருவானவர் மறுப்பது போல் குறுக்கு வசத்தில் தலையசைத்தார். 'நான் கடவுளை நம்பறேன். அவர் என்னைக் காப்பாத்துவார்' என்றார்.

கொஞ்ச நேரத்தில் மற்றொரு படகு வந்தது. அந்தப் படகில் இருந்தவர்களும் அவரைத் தங்களோடு வந்து சேர்ந்து கொள்ளும்படி கேட்டுக் கொண்டனர். ஆனால், அவரோ மறுபடியும் மறுத்துவிட்டார்.

சீக்கிரமே தண்ணீர் மட்டம் மேலும் அதிகரித்து அவருடைய தோள் வரை வெள்ள நீர் ஓடியது.

அப்போது மூன்றாவதாக ஒரு படகு வந்தது. ஆபத்தில் இருந்து அவரைக் காப்பாற்றுவதற்கென்றே வந்த படகு. அவர் படகில் இருந்தவர்களிடம் 'நன்றி. நீங்கள் போகலாம். கடவுள் ஒருபோதும் கைவிடமாட்டார். அவர் கண்டிப்பா என்னைக் காப்பாத்துவார்' என்று அமைதியாய் கூறினார்.

முடிவாக அந்த குரு நீரில் மூழ்கிவிட்டார். நேராக சொர்க்கத்துக்குப் போய்ச் சேர்ந்தார். அங்கே, கடவுளிடம், 'நீர் ஏன் என்னை வந்து காப்பாற்றவில்லை?' என்று கேட்டார்.

கடவுளிடமிருந்து பதில் வந்தது. 'நல்லாருக்கே! நான் உனக்காக மூன்று படகுகளை அனுப்பினேன், நீதானே படகில் ஏறிக் கொள்ள மறுத்தாய்' என்று.

வாய்ப்புகளை நாம்தான் பற்றிக் கொள்ள வேண்டும், வாய்ப்புகளின் மூலம் நம்மை மேம்படுத்திக் கொள்ள வேண்டும்.

நீங்கள் வாய்ப்பைப் பயன்படுத்திக் கொள்ளாமல் இருந்துவிட்டு அடுத்தவரைக் குறை சொல்லக் கூடாது. நீங்கள் மாறத் தயங்கினால் அது சூழ்நிலையின் குற்றமல்லவே. சற்று முன் பின்னாக என்றாலும், வாய்ப்புகள் எல்லோருக்கும் வரவே செய்கிறது. நீங்கள் வாய்ப்பைத் தவறவிட்டால் அந்த சமய குருவின் கதிதான். மூன்று முறை படகுகளைத் தவறவிட்ட பின் கரை சேர முடியும் என்றா நம்புகிறீர்கள்.

படகைத் தவறவிட்டதற்காகவோ, இன்னொரு படகு வரவில்லை என்பதற்காகவோ யாரைக் குற்றம் சொல்வீர்கள்? காலத்தை, கடவுளை அல்லது சுற்றியுள்ள மனிதர்களை? விதியை அல்லது அதிர்ஷ்டத்தை?

கெட்டிக்காரர்களும், சாமர்த்தியம் உள்ளவர்களும் முதல் படகிலேயே சென்று விடுகிறார்கள்.

❖ ❖ ❖

27. இளம் தொழில் முனைவோருக்கு ஒரு முன்மாதிரி

இன்ஃபோசிஸ் - உலகமறிந்த பெயர். தகவல் தொழில்நுட்பத்தில் இன்ஃபோசிஸ் சிறப்பிடம் பெற்று விட்டிருக்கிறது.

1946-இல் கர்நாடக மாநிலத்தில் கோலார் என்கிற சிறிய ஊரில் பிறந்த நாராயண மூர்த்தி என்கிற மனிதரின் சாதனை இது.

மூர்த்தி தம்முடைய இளங்கலை பொறியியல் பட்டத்தை தேசிய பொறியியல் கல்விப் பயிலகத்தில் (மைசூர் பல்கலைக்கழகம்) இருந்து பெற்றார். முதுகலைத் தொழில்நுட்பத்திற்கான (எம்.டெக்) பட்டத்தை கான்பூர் இந்தியத் தொழில்நுட்பக் கல்வி பயிலகத்தில் இருந்து பெற்றார்.

மூர்த்தியின் படிப்பு அவருடைய தொழில் சார்ந்த வாழ்க்கையை வளப்படுத்தியது என்றால் அவருடைய லட்சியம், எளிமை, அறநெறி போன்றவை அந்த மனிதரின் ஒட்டுமொத்த உயர்வுக்கும் காரணம் எனலாம்.

மூர்த்தி என்கிற இளைஞருக்கும் சுதா என்கிற இளைஞிக்கும் காதல் வந்தது. அந்தக் காதல் திருமணத்தில் முடிந்தது. திருமணம் மிக எளிமையாக 800 ரூபாய் செலவில் நடந்தது. அவர்கள் கல்யாணச் செலவை ஆளுக்குப் பாதியாய் (400 ரூபாய்) ஏற்றுக் கொண்டனர்.

தொடக்கத்தில் ஆயிரம் ரூபாய்க்கும் குறைவான மாத வருமானத்தில் இந்திய மேலாண்மைக் கழகத்தில் (அகமதாபாத்) வேலை பார்த்தார் மூர்த்தி. அங்கே சீஃப் சிஸ்டம் ப்ரொக்ராமர். பிறகு, நான்கு ஆண்டுகள் பாரீசில் பிரெஞ்சு நிறுவனம் ஒன்றில் பணியாற்றினார்.

இந்தியா திரும்பியவர் புனேயில் உள்ள பட்னி கம்ப்யூட்டர் சிஸ்டம்ஸ் நிறுவனத்தில் வேலைக்குச் சேர்ந்தார். அப்போது சக ஊழியர்களாயிருந்து நண்பர்களான சிலருடைய கூட்டு முயற்சியில் உருவானதுதான் 'இன்ஃபோசிஸ்'.

இந்தியாவில் தகவல் தொழில்நுட்பத்துக்கு நல்ல எதிர்காலம் இருப்பதை அவர்கள் புரிந்து கொண்டிருந்தனர்.

1981-இல் மூர்த்தியும் அவருடைய ஆறு நண்பர்களும் (நந்தன் நில்கானி, கே.தினேஷ், என்.எஸ். ராகவன், எஸ். கோபால கிருஷ்ணன், அசோக் அரோரா, எஸ்.டி. ஷிபுலால்) இன்ஃபோசிஸ் நிறுவனத்தைத் தொடங்கிய போது அவர்கள் கையில் பணமில்லை. ஒவ்வொருவரும் தங்கள் பங்கான பத்தாயிரம் ரூபாயை முதலீடு செய்ய சிரமப்பட்டனர். மூர்த்தியின் மனைவி சுதா தமது நகைகளைக் கழற்றிக் கொடுத்து உதவினார்.

நாராயண மூர்த்தி 1981-ஆம் ஆண்டில் இருந்து இன்போசிஸ் நிறுவனத்தின் முதன்மைச் செயலாக்க அதிகாரியாகவும் 1999-இல் இருந்து அதன் தலைவராகவும் பணியாற்றி வருகிறார்.

தகவல் தொழில்நுட்பம் சார்ந்த பங்குச் சந்தையில் முதன்முதலாய் இடம் பெற்ற இந்திய நிறுவனம் இன்ஃபோசிஸ்தான் என்பது குறிப்பிடத்தக்கது.

தொடக்கத்தில் 100 பங்குகளை மட்டுமே கொண்டு உருவான நிறுவனம் இன்று பல்லாயிரம் கோடிகளை உருவாக்கியிருக்கிறது.

உலகின் தலை சிறந்த 25 தொழிலதிபர்களில் நாராயண மூர்த்தியும் ஒருவர்.

முதலில் மும்பையில் தொடங்கப்பட்ட நிறுவனம் நிர்வாக வசதி மற்றும் விரிவாக்கத்தை கருத்தில் கொண்டு பெங்களூருக்கு மாற்றப்பட்டது. இன்ஃபோசிஸ் வளாகத்தில் நல்ல உணவு விடுதி, உடற்பயிற்சிக் கூடம், நீச்சல்குளம், நூலகம் என்று பணியாளர்களுக்குப் பல வசதிகள், நல்ல ஊதியம். நிறுவனப் பங்குகளைப் பெறுவதில் அவர்களுக்கு முன்னுரிமை. அவர்களைச் செயலூக்கம் பெறச் செய்வதற்கு இதுவெல்லாம் தேவைதானே.

இன்ஃபோசிஸ் பெற்றிருக்கும் மிகப் பெரிய வெற்றிக்குக் காரணம் அங்கே எல்லாச் செயல்பாடுகளும் வெளிப்படையாகவே அமைந்துள்ளன. வேலைகள் துரிதமாய் செய்து முடிக்கப்படுகின்றன. நிறுவன வாடிக்கையாளர்களில் எழுபத்தியெட்டு சதவீதத்தினர் நிரந்தர வாடிக்கையாளர்கள் என்பது குறிப்பிடத்தக்கது.

இன்று உலகமெங்கும் கிளை விரித்திருக்கிறது இன்ஃபோசிஸ். அமெரிக்காவில் மட்டும் பதின்மூன்று அலுவலகங்கள்.

ஜப்பான், இங்கிலாந்து, கனடா, ஆஸ்திரேலியா என்று அலுவலகங்கள், கிளைகள். அந்நிறுவனத்தின் 98 சதவீத வருமானம் வெளிநாடுகளில் இருந்துதான். இன்ஃபோசிஸ் உருவாக்கத்தில், சாதனைகளில் நந்தன் நில்கானி உட்பட பலருக்கும் பங்கிருக்கலாம். ஆனால், நாராயண மூர்த்தியே முன்னிலையில் இருக்கிறார். அதற்குக் காரணம் இல்லாமலில்லை. மூர்த்தியின் சிந்தனையில் இருந்தே அது தொடங்கியது. மூர்த்தியின் திறமைகளும், ஆற்றல்களும் வியக்கத்தக்கவை.

மாறுபட்ட கோணத்தில் எதையும் ஆராய்கிற மனிதர் அவர். அவருடைய செயல்முறையும் மாறுபட்டதாகவே இருக்கும். மற்றவர்கள் சாத்தியமற்றது என்று கருதியவைகளை அவர் கையிலெடுக்கிறார்.

மூர்த்தி சிறந்த தொலைநோக்குடையவர். அவருடைய சொந்த வாழ்க்கை, தொழில் வாழ்க்கை கொள்கைகள், உத்திகள் அனைத்தும் அந்த அடிப்படையிலேயே அமைந்து உள்ளன. தான் அகக்காட்சியில் காண்பதை அவர் மற்றவர்களிடம் விவரிக்கிறார். பிறகு அதனைச் செயற்படுத்தும் பணியில் அவர்களை வழி நடத்துகிறார்.

இன்ஃபோசிஸின் வியக்கத்தக்க அம்சங்கள் பல. அவற்றில் குறிப்பிடத்தக்க இரண்டு -

- வேலை வாய்ப்புகளைத் தொடர்ந்து உருவாக்கிக் கொண்டேயிருப்பது.
- உலகமயமாக்கல். எங்கே குறைந்த செலவில் உற்பத்தி செய்ய முடியுமோ அங்கே உற்பத்தி செய்கிறார்கள். எங்கே அதிக இலாபத்துக்கு விற்க முடியுமோ அங்கே விற்கிறார்கள்.

இன்ஃபோசிஸ் நிறுனத்தின் வெற்றி அதன் கண்டுகொள்ளும் திறனில், கற்பதில், மாற்றங்களை எளிதாய் உள்வாங்கிக் கொள்வதில் இருக்கிறது.

நாராயண மூர்த்தியின் சிறப்பு - ஒரு குறிப்பிட்ட வாடிக்கையாளரையோ, குறிப்பிட்ட தொழில்நுட்பத்தையோ, குறிப்பிட்ட புவியியலையோ அதிகம் சார்ந்திராத வகையில் தமது நிறுவனத்தை நடத்திச் செல்வதுதான்.

❖ ❖ ❖